AF235158

Impressum
Verlag: BABADADA GmbH, Nedderfeld 112 , 22529 Hamburg
Geschäftsführer / Verlagsleitung: Harald Hof
Druck: Books on Demand GmbH, In de Tarpen 42, 22848 Norderstedt

Imprint
Publisher: BABADADA GmbH, Nedderfeld 112 , 22529 Hamburg, Germany
Managing Director / Publishing direction: Harald Hof
Print: Books on Demand GmbH, In de Tarpen 42, 22848 Norderstedt, Germany

sekolo

trường học

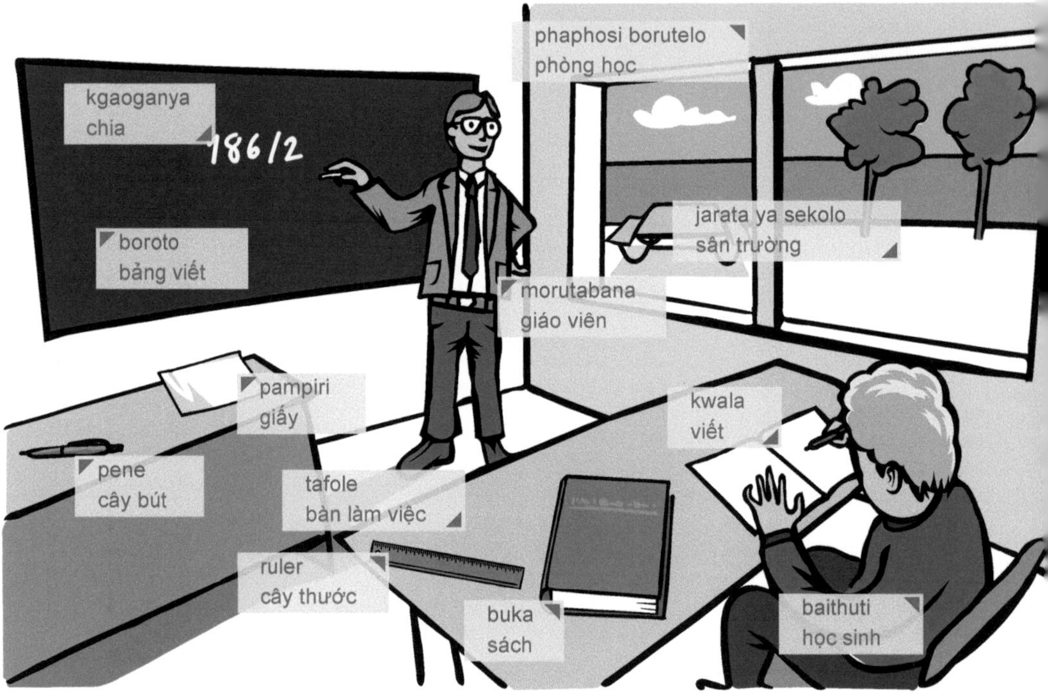
phaphosi borutelo
phòng học
kgaoganya
chia
186/2
boroto
bảng viết
jarata ya sekolo
sân trường
morutabana
giáo viên
pampiri
giấy
kwala
viết
pene
cây bút
tafole
bàn làm việc
ruler
cây thước
buka
sách
baithuti
học sinh

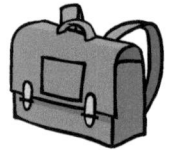

kgetsana ya dibuka

cặp đeo vai học sinh

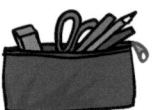

setsenya dipensele

hộp đựng bút

pensele

bút chì

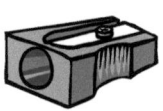

seseta pensele

cái gọt bút chì

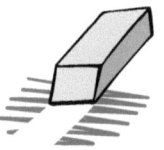

sephimola

cục tẩy

boto ya go torowa

tập giấy vẽ

torowa

bản vẽ

boratšhe jwa pente

cọ vẽ

bokose ya pente

hộp mực vẽ

dikere

cây kéo

sekgomaretsi

keo dán

buka ya go kwalela

sách bài tập

tirogae

bài tập ở nhà

palo

số

tlhakanya

cộng

kgaoganya

trừ

atisa

nhân

khalkhuleitara

tính toán

lekwalo

chữ cái

alfabete

bảng chữ cái

lefoko

từ

mafoko

văn bản

bala

đọc

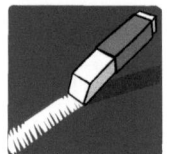

choko

phấn viết

thuto

bài học

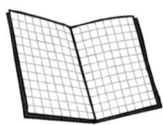

rejistara

sổ lớp

tlhatlhobo

thi kiểm tra

setifikeiti

chứng chỉ

diaparo tsa sekolo

đồng phục học sinh

thuto

giáo dục

encyclopedia

từ điển bách khoa

unibesithi

đại học

mikoroskoupo

kính hiển vi

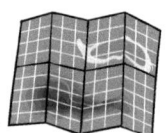

mmepe

bản đồ

moteme wa dipampiri

thùng rác giấy

sekolo - trường học

eta
du lịch

hotele
khách sạn
Grand
hosetele
nhà trọ
ROOMS
kantoro ya go fetola madi
quầy đổi tiền
sutukeisi
va li
sejanaga
xe ô tô

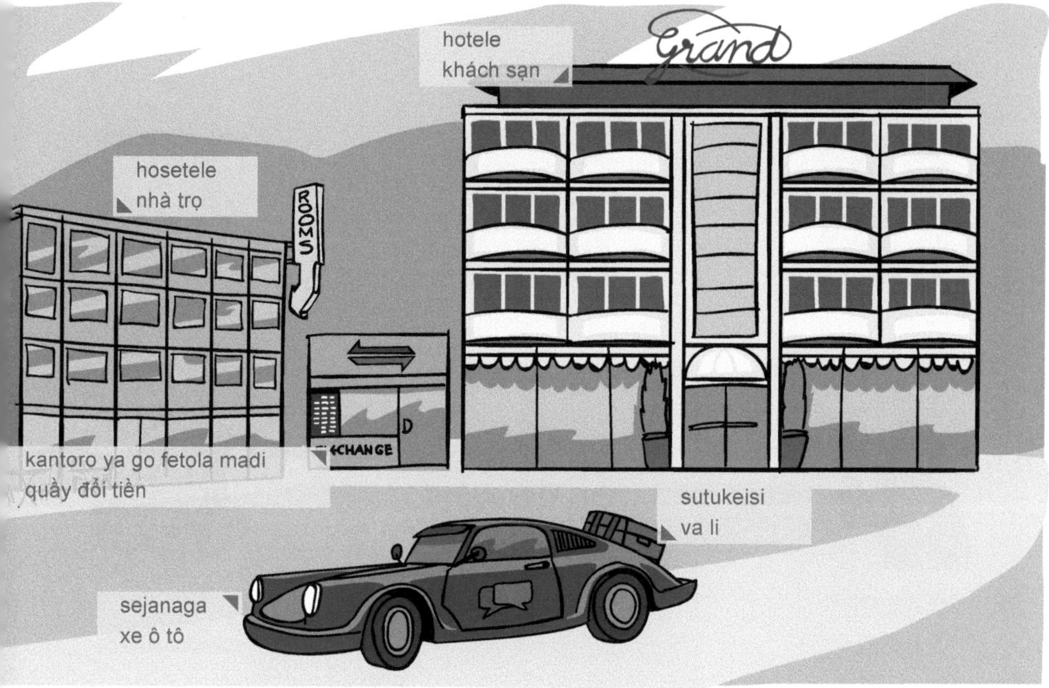

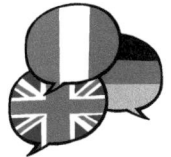

puo
ngôn ngữ

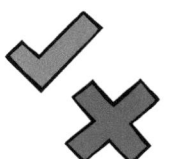

ee / nnyaa
có / không

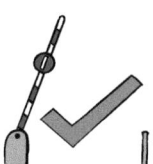

Go siame
ô kê

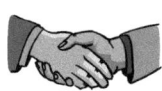

dumela
Xin chào

moranodi
thông dịch viên

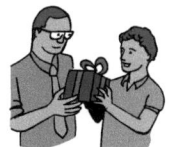

Ke a leboga
cám ơn

ke bokae…?

… bao nhiêu tiều?

ga ke tlhaloganye

tôi không hiểu

bothata

vấn đề

O itumelele bosigo!

Xin chào! (buổi tối)

Dumela!

xin chào! (buổi sáng)

Robala Sentle!

chúc ngủ ngon!

tsamaya sentle

tạm biệt

tsela

hướng đi

dithoto

hành lý

kgetsi

túi xách

kgetsi

túi ba lô

moeng

khách

phaposi

phòng

kgetsana ya go robalela

túi ngủ

mogope

lều

edimosetso ya mojanala

thông tin du lịch

lewatle

bãi biển

karata ya go tsaya sekoloto

thẻ tín dụng

sefitlholo

ăn sáng

dijo tsa motshegare

ăn trưa

dijo tsa maitsiboa

ăn tối

tekete

vé xe

lifiti

thang máy

setempe

tem bưu điện

bodara

biên giới

dingwao

hải quan

embassy

đại sứ quán

visa

thị thực

lokwalo itshupo

hộ chiếu

sepalangwa
vận chuyển

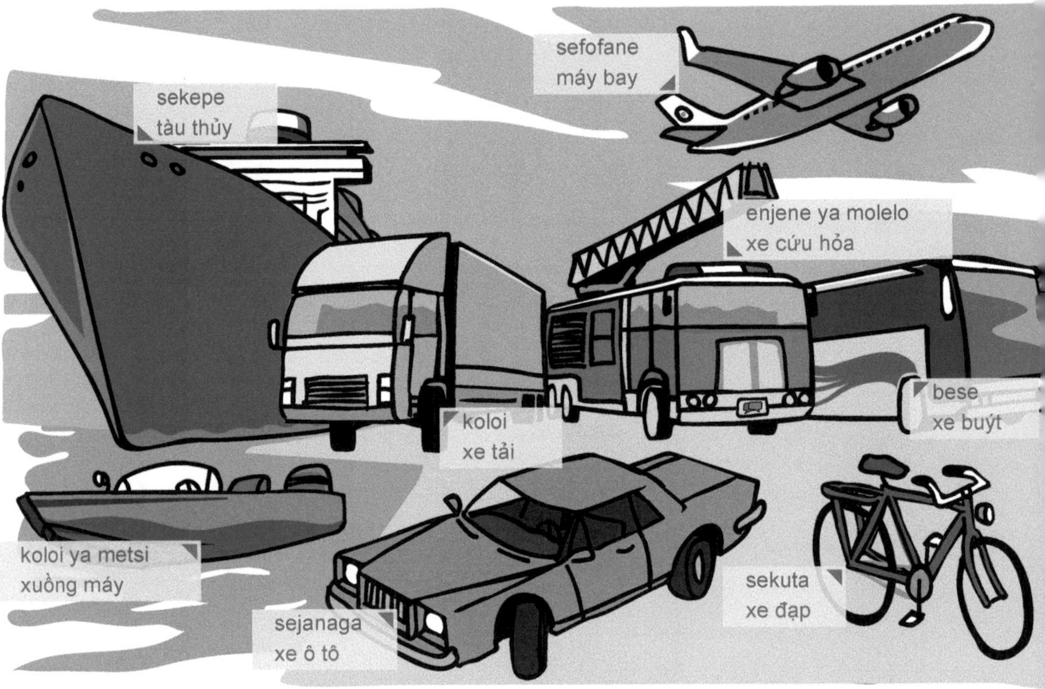

sefofane
máy bay
sekepe
tàu thủy
enjene ya molelo
xe cứu hỏa
bese
xe buýt
koloi
xe tải
koloi ya metsi
xuồng máy
sekuta
xe đạp
sejanaga
xe ô tô

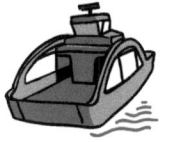

feri
phà

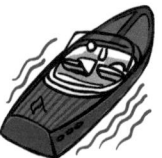

sekepe
xuồng

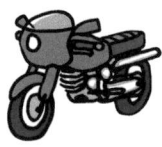

sethuthuthu
xe máy

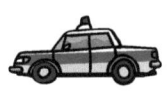

sejanaga sa mapodisa
xe cảnh sát

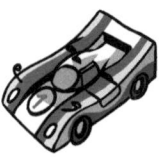

sejanaga sa lobelo
xe đua

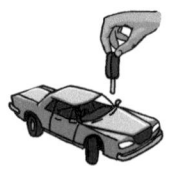

sejanaga se se hirilweng
xe cho thuê

aroganya sejanaga

dịch vụ thuê xe tự lái

koloi e e gogang dikoloi tse di robegileng

xe kéo cứu hộ

koloi e e tsayang matlakala

xe rác

koloi

động cơ

lookwane

xăng

seteišhene sa lookwane

trạm xăng

letshwao la pharakano

biển báo giao thông

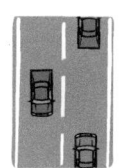

pharakano

giao thông

pharakano

ách tắc giao thông

lefelo la go emisa koloi

bãi đậu xe

seteišhene sa terena

nhà ga

mela

đường ray

terena

xe lửa

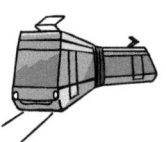

tereme

tàu điện

kolotsana

toa xe

sefofane

máy bay trực thăng

boemeladifofane

sân bay

tora

tháp

mopalami

hành khách

sekhafothini

côngtenơ

bokoso

thùng các-tông

karaki

xe đẩy

basekete

cái giỏ

go tsamaya / go fitlha

cất cánh / hạ cánh

toropo
thành phố

motse

làng

legare la teropo

trung tâm thành phố

ntlo

nhà

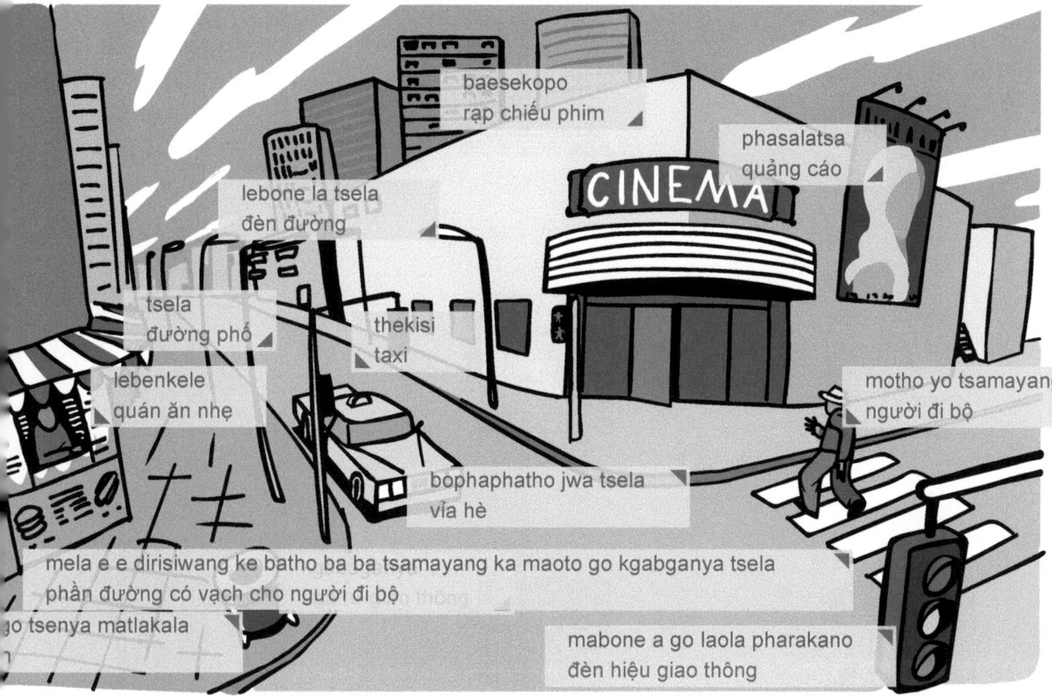
baesekopo
rạp chiếu phim
CINEMA
phasalatsa
quảng cáo
lebone la tsela
đèn đường
tsela
đường phố
thekisi
taxi
lebenkele
quán ăn nhẹ
motho yo tsamayang
người đi bộ
bophaphatho jwa tsela
vỉa hè
mela e e dirisiwang ke batho ba ba tsamayang ka maoto go kgabganya tsela
phần đường có vạch cho người đi bộ
go tsenya matlakala
mabone a go laola pharakano
đèn hiệu giao thông

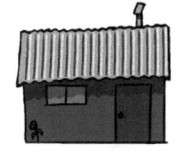

o e e ruletseng ka bojang

nhà chòi

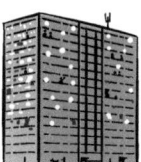

sephara

căn hộ

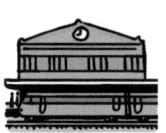

seteišhene sa terena

nhà ga

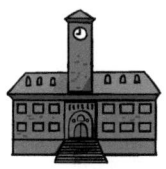

ntlolehalahala la toropo

tòa thị chính

MUSEUM

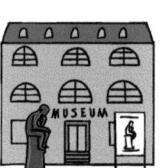

museamo

viện bảo tàng

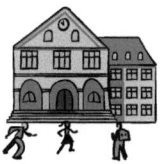

sekolo

trường học

unibesithi

đại học

banka

ngân hàng

sepetlele

bệnh viện

hotele

khách sạn

lefelo la melemo

hiệu thuốc

kantoro

văn phòng

lebenkele la dibuka

hiệu sách

lebenkele

cửa hiệu

batho ba ba rekisang matomo

cửa hiệu bán hoa

lebenkele

siêu thị

maraka

chợ

lebenkele la diaparo

cửa hàng bách hóa

fishmongers

người bán cá

moago wa mabenkele a a mantsi

trung tâm mua bán

boema dikepe

bến cảng

serapa

công viên

banka

ghế băng

borogo

cầu

ditepisi

cầu thang

kwa tlase ga lefatshe

tàu điện ngầm

kgogometso

đường hầm

boemela bese

trạm xe buýt

bara

quán bar

lefelo la go jela

khách sạn

lebokose la pose

hòm thư công cộng

letshwao la tsela

bảng hiệu đường

mitara wa go emisa koloi

đồng hồ đậu xe

lefelo la go bonela
diphologolo

vườn bách thú

letlodi la go thuma

bể bơi

tempele ya mamoselema

nhà thờ Hồi giáo

polase

nông trại

kgotlelelo

ô nhiễm môi trường

mabitla

nghĩa trang

kereke

nhà thờ

lefelo la go tshamekela

sân chơi

temple

ngôi đền

boago jwa lefelo
phong cảnh

setlhatsana
lá cây

matshwao
bảng chỉ đường

tsela
lối đi

ditlhaga
bãi cỏ

letlapa
hòn đá

motho yo o tsamayang mo thabeng
người đi bộ đường dài

setlhare
cây

noka
sông

bojang
cỏ

lelomo
bông hoa

mokgatšha

thung lũng

thatshana

đồi

lekadiba

hồ nước

sekgwa

rừng

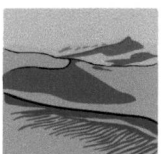

sekaka

sa mạc

lekgwamolelo

núi lửa

khasele

lâu đài

motshe wa badimo

cầu vồng

leboa

nấm

mokolana

cây cọ

montsane

con muỗi

tshenekegi

con ruồi

tshoswane

con kiến

notshi

con ong

segokgo

con nhện

khukhwana

bọ cánh cứng

segwagwa

con ếch

mosha

con sóc

noko

con nhím

mmutla

con thỏ

morubisi

con cú

nonyane

con chim

pidipidi

thiên nga

dikolobe tsa naga

heo rừng

kgokong

con hươu

moose

nai sừng tấm

letamo

đê

sefetlhaphefo

tuabin gió

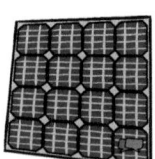

motlakase o o dirilweng ka letsatsi

tấm năng lượng mặt trời

loapi

khí hậu

lefelo la go jela
khách sạn

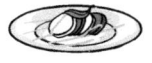

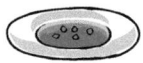

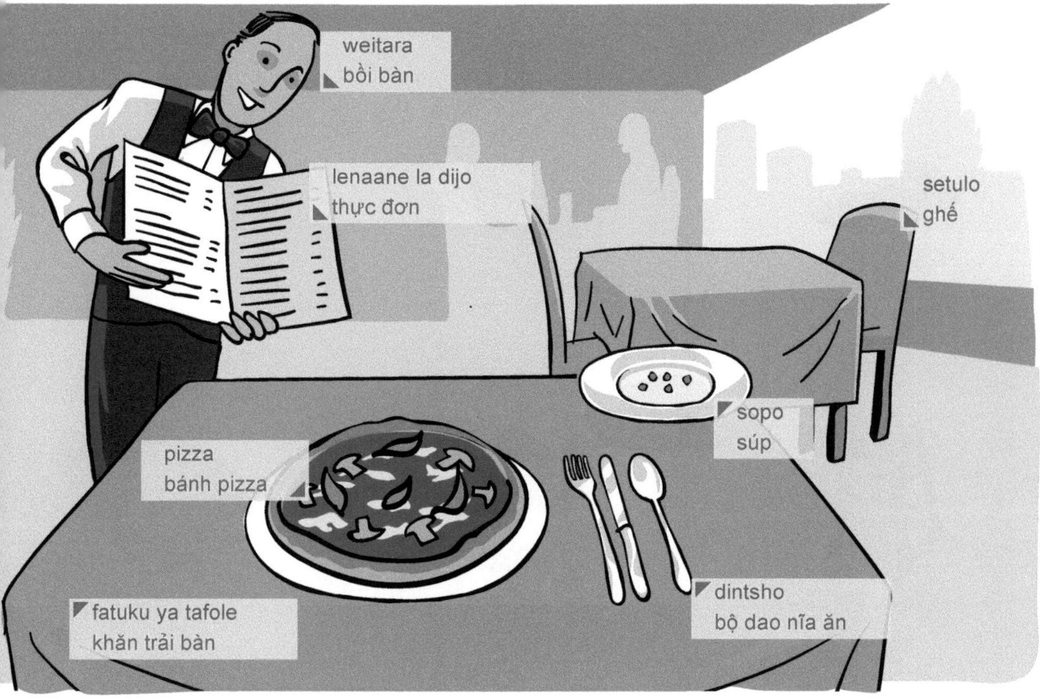
weitara
bồi bàn
lenaane la dijo
thực đơn
setulo
ghế
sopo
súp
pizza
bánh pizza
dintsho
bộ dao nĩa ăn
fatuku ya tafole
khăn trải bàn

sejo sa ntlha

món ăn khai vị

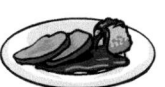

sejo sa bobedi

món ăn chính

dijo tse di naleng sukiri

món tráng miệng

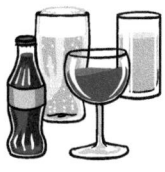

dino

thức uống

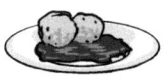

dijo

thức ăn

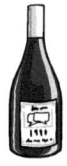

botlolo

cái chai

dijo tsa mo strateng

thức ăn nhanh

dijo tsa seterata

thức ăn đường phố

ketlele ya tee

ấm trà

sejana sa go tsenya sukiri

hộp đường

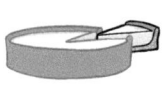

karolo

khẩu phần

motšhini wa espresso

máy pha espresso

setulo se se kwa godimo

ghế cao

tshupamolato

hóa đơn

terei

khay

thipa

dao

forotlho

nĩa

liso

thìa

leswana

thìa uống trà

lesela la go iphimola

khăn ăn

galase

cốc thủy tinh

poleiti

đĩa

poleiti ya sopo

đĩa súp

sosara

đĩa lót cốc

sopo

nước sốt

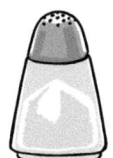

sejana sa letswai

lọ muối

sesila pepere

cái xay tiêu

aseini

giấm

oli

dầu

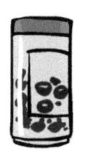

ditswaiso

gia vị

tamati souso

nước xốt cà chua

masetete

tương hạt cải

mayonaese

nước sốt mayonnaise

lebenkele

siêu thị

sesolo se se kgethegileng
chào giá đặc biệt
FOR
moreki
khách hàng
dilwana tsa mašwi
sản phẩm từ sữa
leungo
trái cây
teroli
xe đẩy mua sắm

BUTCHERS

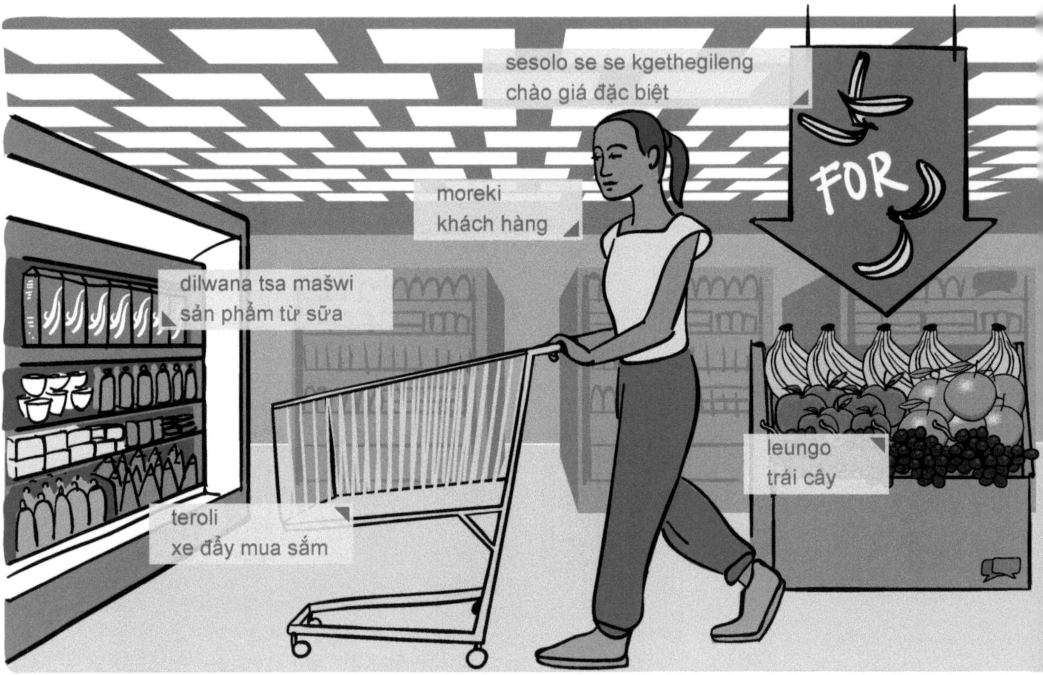

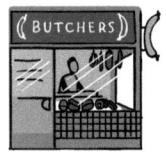

batho ba ba segang nama

lò mổ

BAKERY

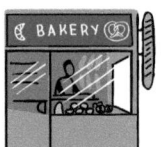

babaki

cửa hiệu bán bánh mì

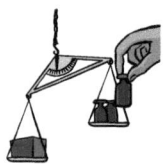

boima

cân nặng

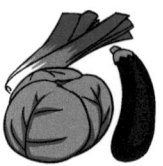

merogo

rau quả

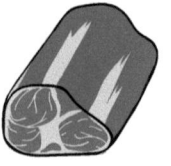

nama

thịt

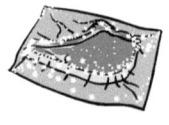

dijo tse di aesitsweng

thức ăn đông lạnh

ama e e sa tlhokeng go
¨apewa¨
lát thịt nguội

dijo tsa thini
đồ hộp

molora o o tlhatswang
bột giặt

dimonamone
đồ ngọt

dilwana tsa ntlo
sản phẩm dùng trong gia
đình

dilwana tsa go phepafatsa
chất tẩy rửa

morekisi
người bán hàng

motšhini wa madi
quầy trả tiền

morekisi
nhân viên thu ngân

lennane la go reka
danh sách mua sắm

diura tsa go bula
giờ mở cửa

sepatšhe
ví tiền

arata ya go tsaya sekoloto
thẻ tín dụng

kgetsi
túi đeo

kgetsi ya polasetiki
túi ny lông

thức uống

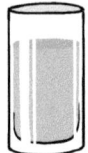

metsi

nước

jusi

nước quả ép

mašwi

sữa

khouku

coca-cola

beine

rượu vang

biri

bia

bojalwa

cồn

khoukhou

cacao

tee

trà

kofi

cà phê

esepereso

espresso

cappuccino

cappuccino

panana

chuối

apole

quả táo

namune

quả cam

legapu

dưa hấu

surunamune

chanh

segwete

cà rốt

konofole

tỏi

lotlhaka lwa bampuse

tre

eie

củ hành

mabowa

nấm

manoko

hạt dẻ

di-noodles

mì

sepagethi

mì spaghetti

raese

cơm

salate

xà lách

ditšhipisi

khoai tây chiên

ditapole tse di gadikilweng

khoai tây chiên

pizza

bánh pizza

hamburger

bánh hamburger

borotho jo bo tlapisitsweng

bánh mì sandwich

nama e e gadikilweng

thịt côtlet

nama ya kolobe

thịt giăm bông

salami

xúc xích

boroso

dồi

koko

gà

gadika

rán

tlhapi

cá

bogobe jwa outse

cháo yến mạch

muesli

cháo muesli

cornflakes

bánh bột ngô nướng

bupi

bột mì

croissante

bánh sừng bò

banse

bánh mì

borotho

bánh mì

borotho jo bo besitsweng

bánh mì nướng

bisikiti

bánh bích quy

botoro

bơ

tšhisi

sữa đông

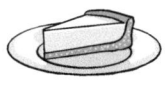

kuku

bánh ngọt

lee

trứng

lee le le gadikilweng

trứng rán

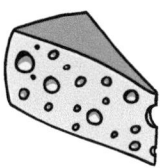

kase

pho mát

aesekirimi

kem

sukiri

đường

mamepe a dinotshe

mật ong

jeme

mứt

chokolete e e tshasiwang

kem nougat

khari

cà ri

polase
nông trại

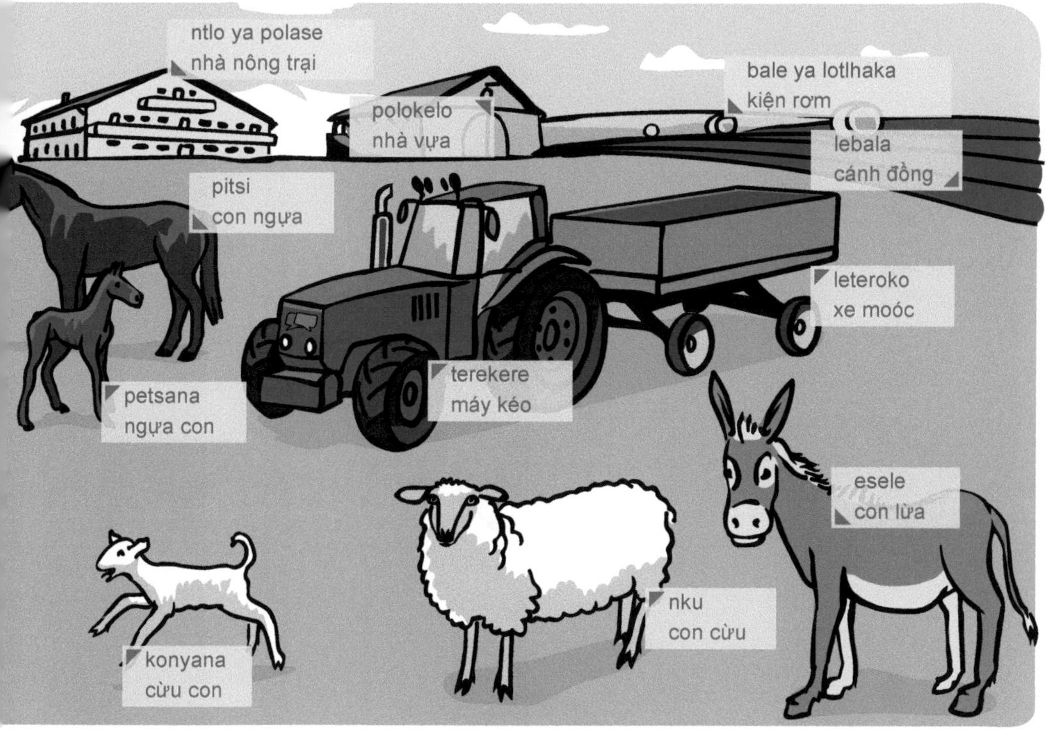
ntlo ya polase
nhà nông trại
polokelo
nhà vựa
bale ya lotlhaka
kiện rơm
lebala
cánh đồng
pitsi
con ngựa
leteroko
xe moóc
terekere
máy kéo
petsana
ngựa con
esele
con lừa
nku
con cừu
konyana
cừu con

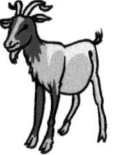

pudi

con dê

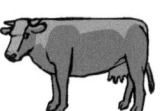

kgomo

con bò

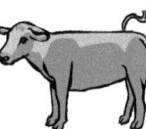

namane

con bê

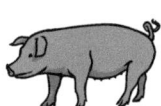

kolobe

con lợn

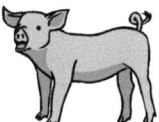

kolojane

lợn con

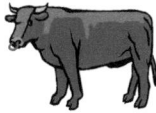

poo

bò đực

ganse

con ngỗng

pidipidi

con vịt

kokwanyana

gà con

mokoko

gà mái

mokoko

gà trống

peba

con chuột

katse

mèo

peba

chuột nhắt

kgomo

bò đực

ntša

con chó

ntlo ya ntša

nhà chuồng chó

lethompo la tshingwana

ống tưới vườn cây

tanka ya go nosetsa

thùng tưới cây

disekele tsa tshipi

lưỡi hái

lema

cái cày

disekele

cái liềm

setlhagola

cái cuốc

foroko ya go peta

cái chĩa

selepe

cái rìu

kiribae

xe cút kít

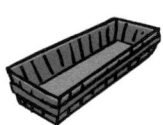

bonwelo

máng ăn

mašwi a a moteng ga
moteme
lọ sữa

kgetsana

bao tải

legora

hàng rào

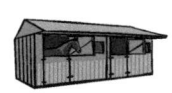

tsepame

chuồng

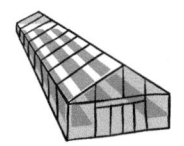

lefelo la go godisa dijalo

nhà kính trồng cây

mmu

đất trồng

peo

hạt giống

menyoro

phân bón

thobo e e kopaneng

máy gặt đập liên hợp

thobo
....
thu hoạch

thobo
....
mùa thu hoạch

di-yam
....
khoai lang

korong
....
lúa mì

soya
....
đậu nành

tapole
....
khoai tây

korong
....
ngô

disonobolomo
....
hạt cải dầu

setlhare sa maungo
....
cây ăn trái

cassava
....
sắn

dijo tsa phakela
....
ngũ cốc

sentshamosi
ống khói

marulelo
mái nhà

peipe ya deraine
ống máng mước mưa

letlhabaphefo
cửa sổ

karaje
ga ra

bele ya setswalo
chuông cửa

lebati
cửa

motene wa matlakala
thùng rác

lebokose la dikwalo
hòm thư

tshingwana
vườn

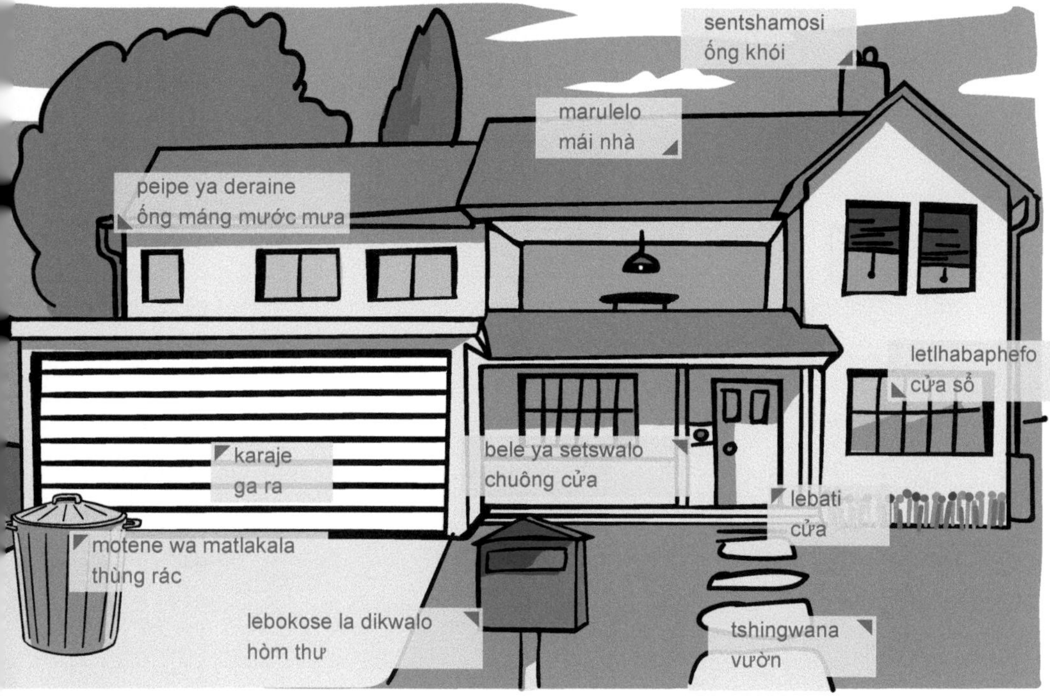

phaposi ya bodulo

phòng khách

phaposi ya go tlhapela

phòng tắm

boapeelo

bếp

phaposi ya borobalo

phòng ngủ

phaposi ya bana

phòng trẻ em

phaposi ya bojelo

phòng ăn

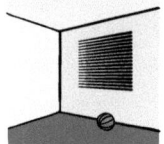

mo fatshe

nền nhà

lebota

tường

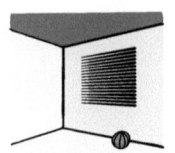

siling

trần nhà

mabolokelo

tầng hầm

se futhumatsa mmele

tắm hơi

mokatako

ban công

mokgekolosa

sân hiên

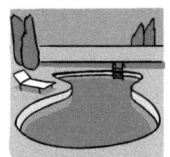

makadiba

bể bơi

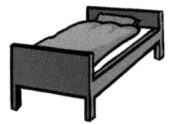

sedirisiwa sa go sega bojang

máy cắt cỏ

lakane

khăn trải giường

kobo

khăn trải giường

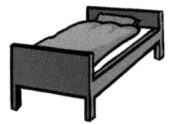

bolao

giường

lefielo

chổi

kgamelo

cái xô

switch

công tắc điện

phaposi ya bodulo
phòng khách

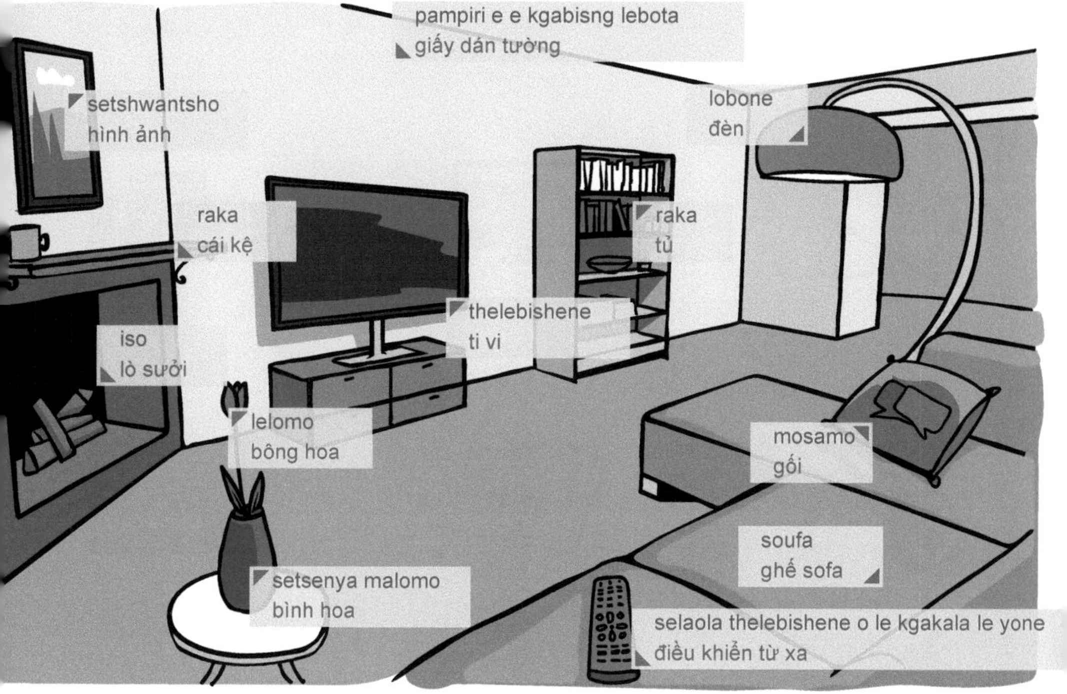

pampiri e e kgabisng lebota
giấy dán tường
setshwantsho
hình ảnh
lobone
đèn
raka
cái kệ
raka
tủ
thelebishene
ti vi
iso
lò sưởi
lelomo
bông hoa
mosamo
gối
soufa
ghế sofa
setsenya malomo
bình hoa
selaola thelebishene o le kgakala le yone
điều khiển từ xa

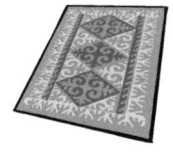

mmetshe

thảm

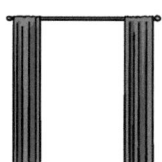

garetene

rèm

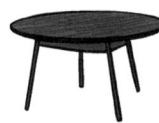

tafole

cái bàn

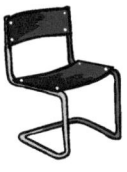

setulo

ghế

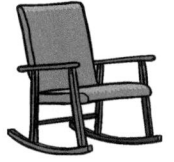

setulo se se binang

ghế bập bênh

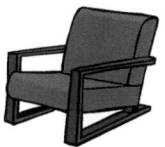

setulo se se naleng boikego

ghế bành

buka

sách

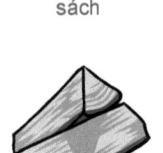

kobo

cái chăn

mokgabiso

đồ trang trí

dikgong tsa molelo

củi

filimi

phim

hi-fi ya go letsa

máy hi-fi

selotlolo

chìa khóa

lokwalodikgang

báo

setshwantsho se se
dirilweng ka pente

bức tranh

pampiri ya go phasalatsa

áp phích

seyalemowa

radio

buka ya dintla

sổ ghi chép

huvara

máy hút bụi

motoroko

cây xương rồng

kerese

cây nến

boapeelo
bếp

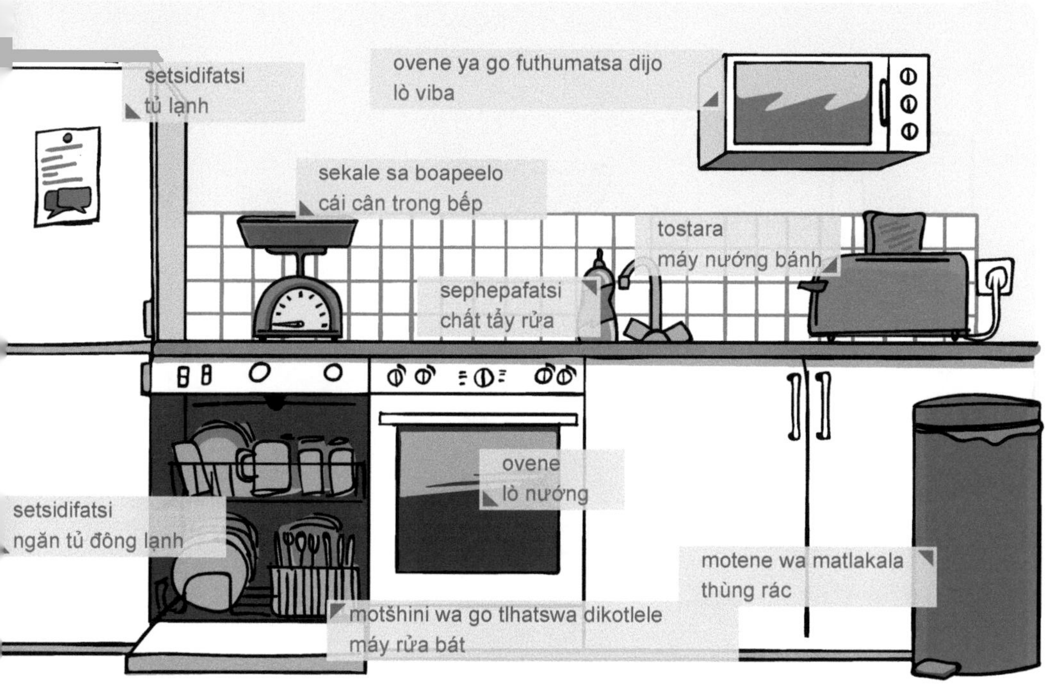

setsidifatsi
tủ lạnh
ovene ya go futhumatsa dijo
lò viba
sekale sa boapeelo
cái cân trong bếp
tostara
máy nướng bánh
sephepafatsi
chất tẩy rửa
ovene
lò nướng
setsidifatsi
ngăn tủ đông lạnh
motene wa matlakala
thùng rác
motšhini wa go tlhatswa dikotlele
máy rửa bát

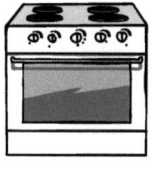

moapei

lò nấu

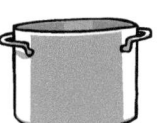

pitsa

nồi

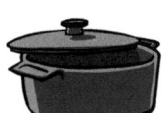

pitsa ya tshipi

nồi sắt

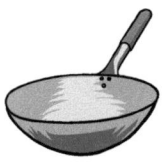

wok / kadai

chảo

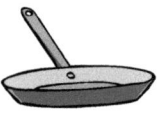

pane

chảo

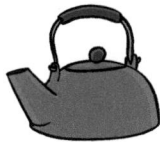

ketlele

ấm đun nước

sefuthumatsi

nồi đun hơi

terei ya go baka

khay lò nướng

dintsho

bát đĩa

kopi

cốc

sejana

cái bát

thobane ya go rema

đũa

thoka

cái vá

sepatšhula

bàn xẻng

wiskara

que đánh kem

setereinara

rây dùng trong bếp

setlhotlhi

cái rây lọc

greitara

cái nạo

kika

vữa

nama ya kgomo

vỉ nướng

molelo o o mopepeneneg

ngọn lửa trần

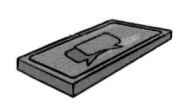

boroto ya go segela

cái thớt

rolara

trục cán bột

sebula dibotlolo tsa beine

cái mở nút chai

moteme

vỏ đồ hộp

sebula moteme

cái mở vỏ đồ hộp

setshwari sa pitsa

miếng nhắc nồi

sinki

bồn rửa bát

boratšhe

bàn chải

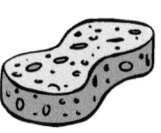

sepontšhe

miếng xốp

etlhakanya dijo / maungo

máy xay

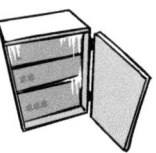

setsidifatsi

tủ đông lạnh

botlole ya ngwana

bình sữa cho trẻ sơ sinh

tepe

vòi nước

phaposi ya go tlhapela
phòng tắm

thutafatsa
lò sưởi
toulo
khăn lau
shawara
vòi hoa sen
garetene ya shawara
rèm che ngăn tắm
setshelo sa go dira dibabole mo bateng
tắm bọt
bata
bồn tắm
galase
cốc thủy tinh
setlhatswa diaparo
máy giặt
tepe
vòi nước
dithaele
gạch lát
poti
cái bô
sinki
bồn rửa bát

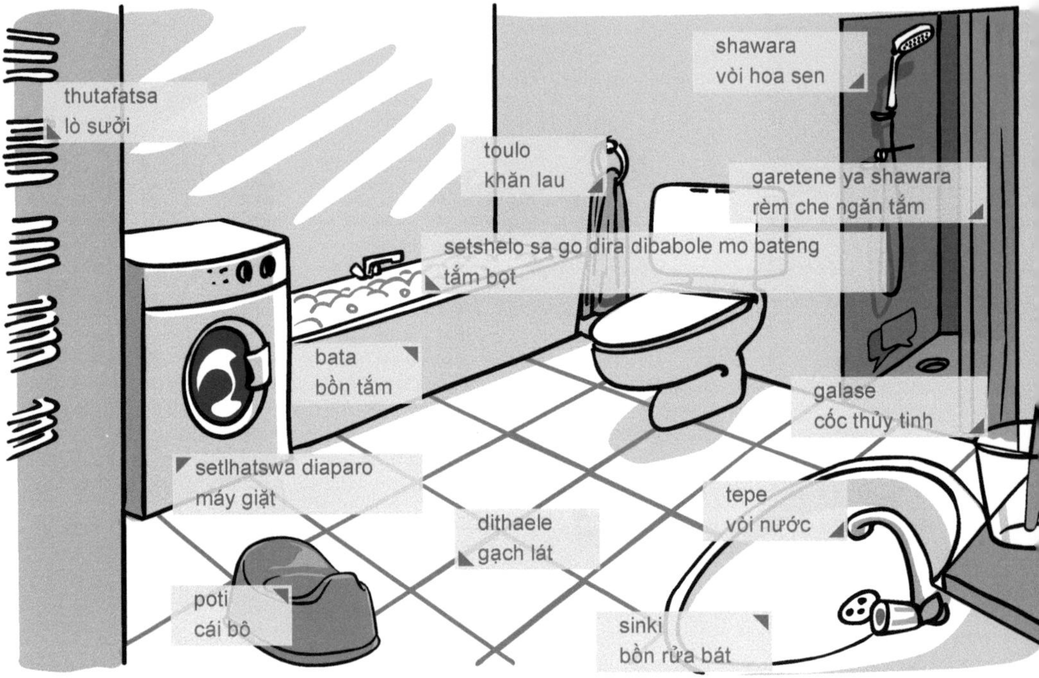

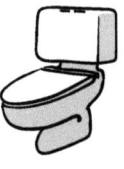

ntlwana
bồn cầu

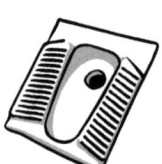

ntlwana ya go kotama
bồn cầu ngồi xổm

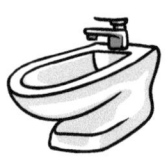

bidete
bồn rửa hậu môn

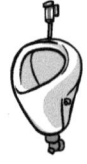

moroto
bồn tiểu tiện

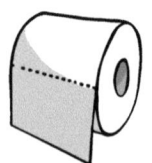

pampiri ya boithomelo
giấy vệ sinh

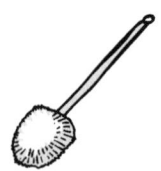

boratšhe jwa ntlwana
bàn chải cọ bồn cầu

boratšhe jwa meno

bàn chải đánh răng

sesepa sa meno

kem đánh răng

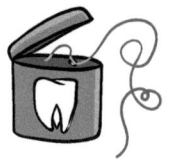

tlhale ya go phepafatsa meno

chỉ nha khoa

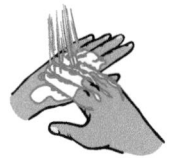

tlhatswa

rửa

shawara ya go itshwarela

vòi sen cầm tay

senkgisa monate

vòi rửa hậu môn

beisini

bồn rửa

boratšhe jwa mokwatla

bàn chải cọ lưng

sesepa

xà phòng

jele ya shawara

sữa tắm

setlhapisa moriri

dầu gội

folanele

khăn cọ để tắm

mosele

lỗ thoát nước

setlolo

kem

senkgamonate

chất khử mùi

seipone

gương

seipone sa go itshwarela

gương tay

legare

dao cạo râu

foumu ya go ntsha moriri

kem cạo râu

foumu ya fa o fetsa go
ntsha moriri

nước thơm dùng sau khi
cạo râu

kama

cái lược

boratšhe

bàn chải

seomisa moriri

máy sấy tóc

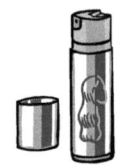

seporei sa moriri

keo xịt tóc

seitlole sa sefatlhego

đồ trang điểm

setlolo sa molomo

thỏi son môi

pente ya dinala

sơn bôi móng

boboa

bông

sekere sa dinala

kéo cắt móng

leokwane le le nkgang
monate

nước hoa

getsana ya go tlhatswa

túi đựng đồ tắm

setulo

ghế đẩu

sekale sa go lekanya

cái cân

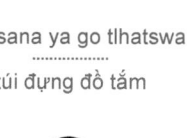

seaparo sa botlhapelo

áo choàng tắm

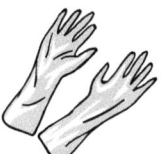

ditlelafo tsa rekere

găng tay làm vệ sinh

tempone

nút gạc

dirisiwa sa basadi ba ba
mo kgweding

băng vệ sinh

ntlwana ya khemikhale

nhà vệ sinh hóa chất

phaposi ya bana

phòng trẻ em

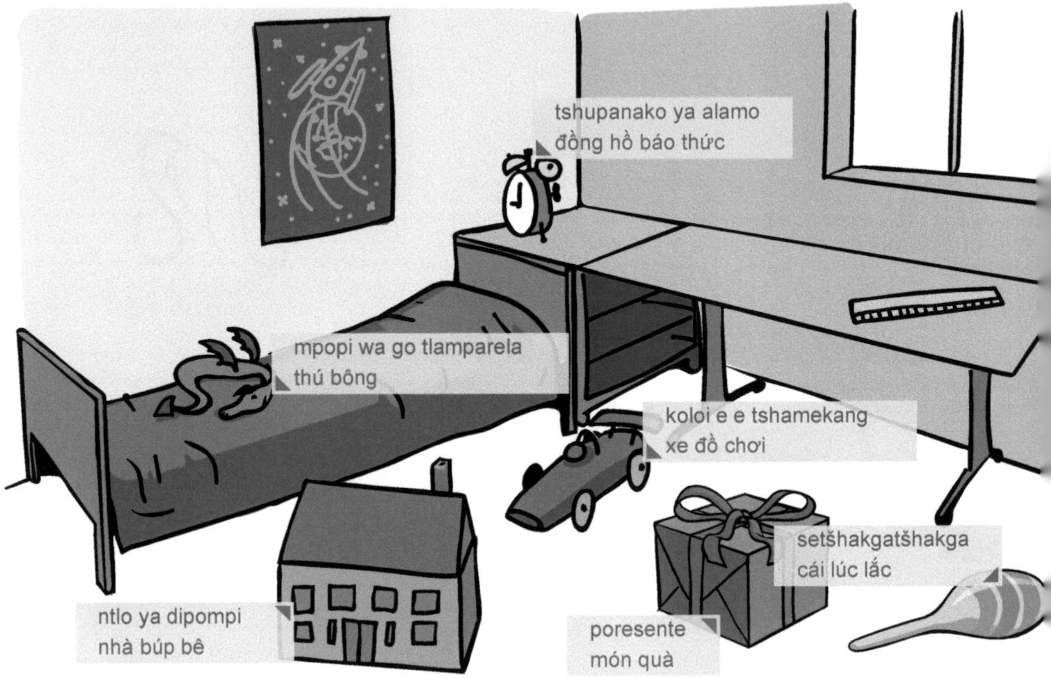

tshupanako ya alamo
đồng hồ báo thức
mpopi wa go tlamparela
thú bông
koloi e e tshamekang
xe đồ chơi
setšhakgatšhakga
cái lúc lắc
ntlo ya dipompi
nhà búp bê
poresente
món quà

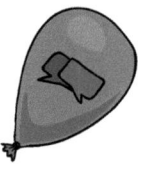

baluni

bong bóng

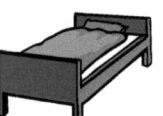

bolao

giường

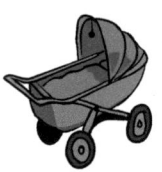

porema

xe nôi

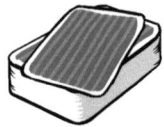

deck of cards

trò chơi bài

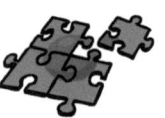

saga ya motlakase

trò chơi ghép hình

SUPER
MEGA

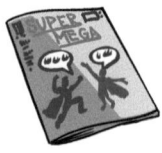

buka ya ditshegisi

truyện tranh

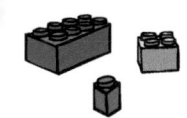

hatlapa a go tshameka

gạch Lego

diboloko tse di tshamekang

khối xếp hình

setshwantsho sa motho

nhân vật hành động

seaparo sa lesea

liền quần cho trẻ sơ sinh

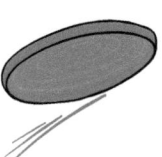

Frisbee

đĩa nhựa để ném

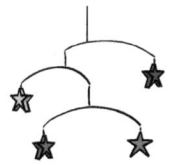

selo sa go letsa mmino mo
ditsebeng

đồ chơi treo trên giường

motshameko wa boroto

trò chơi cờ bàn

daese

xúc xắc

terena

đồ chơi xe lửa mô hình

tami

ti giả

moletlo

buổi tiệc

buka ya ditshwantsho

sách tranh

bolo

quả bóng

mpopi

búp bê

tshameka

chơi

lebala le le naleng santa

hố cát

moswinki

cái đu

ditshamekisi tsa bana

đồ chơi

motshameko wa dibidio

máy chơi game cầm tay

baesekele ya maotwana a a mararo

xe ba bánh

bera e e diretsweng go tshamekisa bana

gấu bông

raka ya go baya diaparo

tủ quần áo

seaparo

y phục

dikausu

bít tất

dikausu tsa basadi

bít tất dài

dithaetse

quần tất

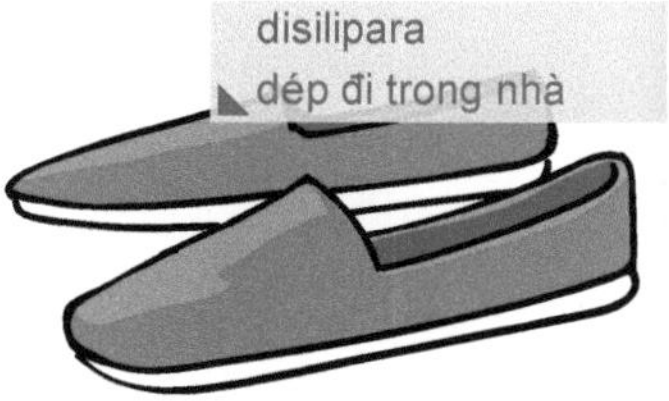

sekhafo
khăn choàng cổ

sekhukhu
ô che mưa

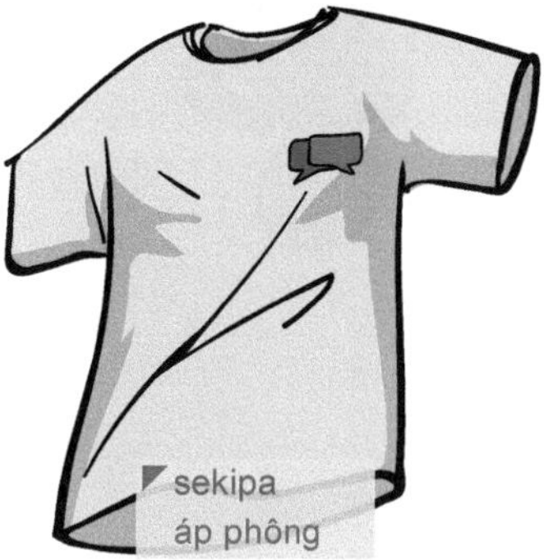

sekipa
áp phông

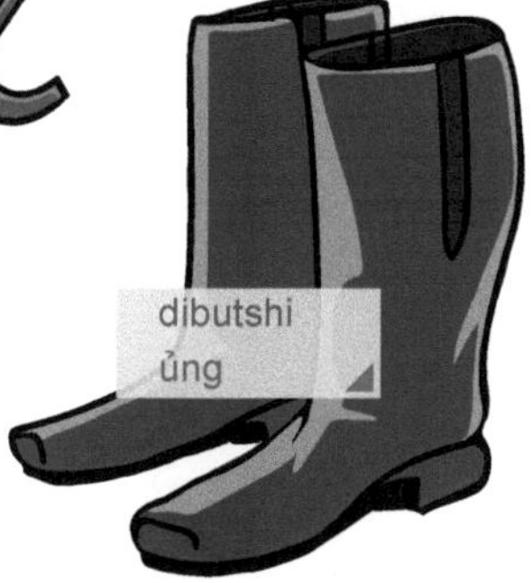

~~~~ante
y thắt lưng

diteki
giày sneaker

dibutshi
ủng

disilipara
dép đi trong nhà

dimphatšhane
dép xăng đan

ditlhako
giày

dibutshi tsa rekere
ủng cao su

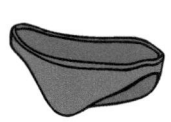

borukgwe jwa kwateng
quần lót

boraa
áo ngực

besete
áo vest

mmele

áo ôm sát cơ thể

borukgwe

quần dài

bokate

quần bò

sekete

váy

bolaose

áo cánh

hempe

áo sơ mi

jeresi e e senang matsogo

áo len chui đầu

jakete e e enaleng hutshe

áo len

boleisara

áo blazer

jakete

áo jacket

jase

áo khoác

jase ya pula

áo mưa

khosetjhumo

trang phục

mosese

áo váy

mosese wa lenyalo

áo cưới

sutu

bộ com lê

seaparo sa bosigo

áo ngủ

diaparo tsa go robala

pijama

sari

trang phục sari

sekhafa sa tlhogo

khăn trùm đầu

turban

khăn đội đầu

burqa

áo burka

kaftan

áo captan

abaya

áo aba

seaparo sa go thuma

quần áo bơi

diteranka

quần bơi

borukgwe jo bo khutshwane

quần đùi

terekesutu

quần áo tracksuit

seaparo sa go phephafatsa

tạp dề

ditlelafo

găng tay

talama

cái cúc

diborele

kính mắt

sebaga

vòng đeo tay

sebaga sa mo thamong

vòng cổ

palamonwana

nhẫn

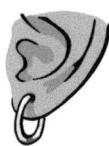

lengena

hoa tai

kepisi

mũ lưỡi trai

sepega baki

cái mắc treo áo quần

hutshe

mũ

tae

cà vạt

zepe

dây kéo phéc mơ tuya

hutshe ya sethuthuthu

mũ bảo hiểm

ditrata tsa meno

dây đeo quần

diaparo tsa sekolo

đồng phục học sinh

diaparo tsa mmereko /
diaparo tsa sekolo

đồng phục

bebe
yếm trẻ em

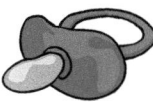

tami
ti giả

mongato
tã lót

kantoro
văn phòng

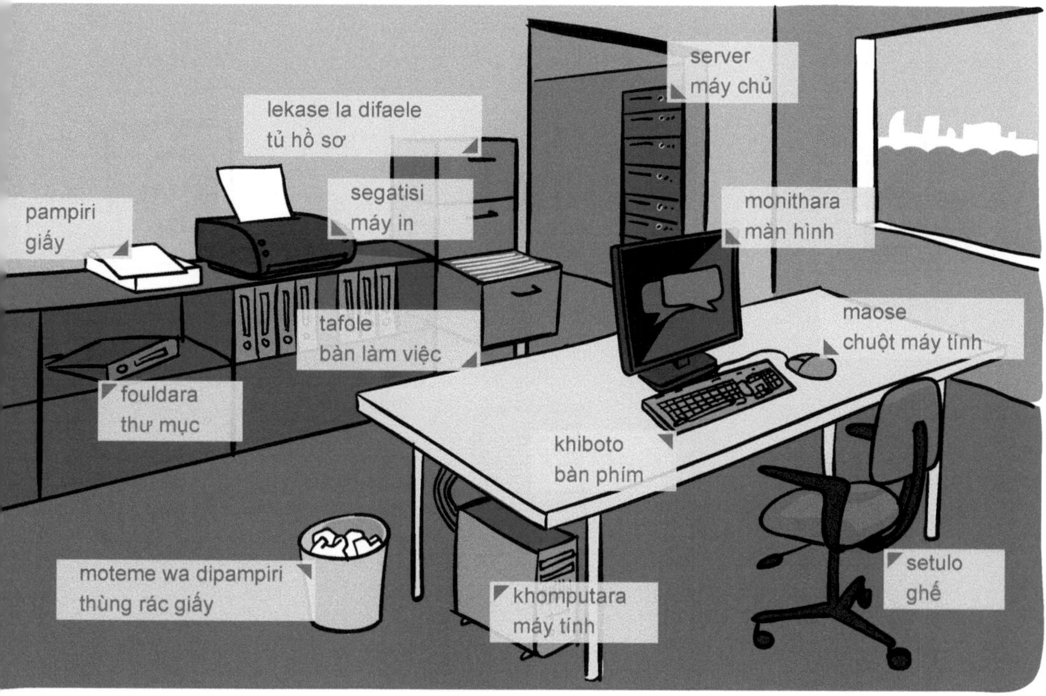

server
máy chủ

lekase la difaele
tủ hồ sơ

segatisi
máy in

monithara
màn hình

pampiri
giấy

tafole
bàn làm việc

maose
chuột máy tính

fouldara
thư mục

khiboto
bàn phím

moteme wa dipampiri
thùng rác giấy

setulo
ghế

khomputara
máy tính

kopi
cốc cà phê

khalkhuleitara
máy tính bỏ túi

inthanete
internet

lapothopo

laptop

lekwalo

thư

molaetsa

tin nhắn

mogala wa letheka

điện thoại di động

kgolagano ya megala

mạng

segatisa dipampiri

máy photocopy

software

phần mềm

mogala

điện thoại

sokete ya polaka

ổ cắm điện

motšhini wa fekese

máy fax

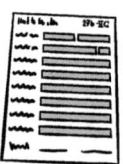

foromo

mẫu đơn

setlankana

chứng từ

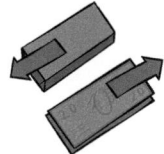

reka
·············
mua

patela
·············
trả tiền

rekisa
·············
buôn bán

madi / tšhelete
·············
tiền

dolara
·············
đô la

euro
·············
Euro

yen
·············
yên

roubele
·············
rúp

swiss franc
·············
franc Thụy Sĩ

renminbi yuan
·············
nhân dân tệ

rupee
·············
rupi

lefelo la madi
·············
máy rút tiền tự động

kantoro ya go fetola madi

quầy đổi tiền

gauta

vàng

selefera

bạc

oli

dầu

maatla

năng lượng

tlhwatlhwa

giá tiền

konteraka

hợp đồng

lekgetho

thuế

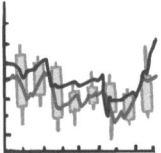

setoko

cổ phiếu

dira

làm việc

mothapiwa

nhân viên

mothapi

chủ lao động

bodirelo

nhà máy

lebenkele

cửa hiệu

maemo
nghề nghiệp

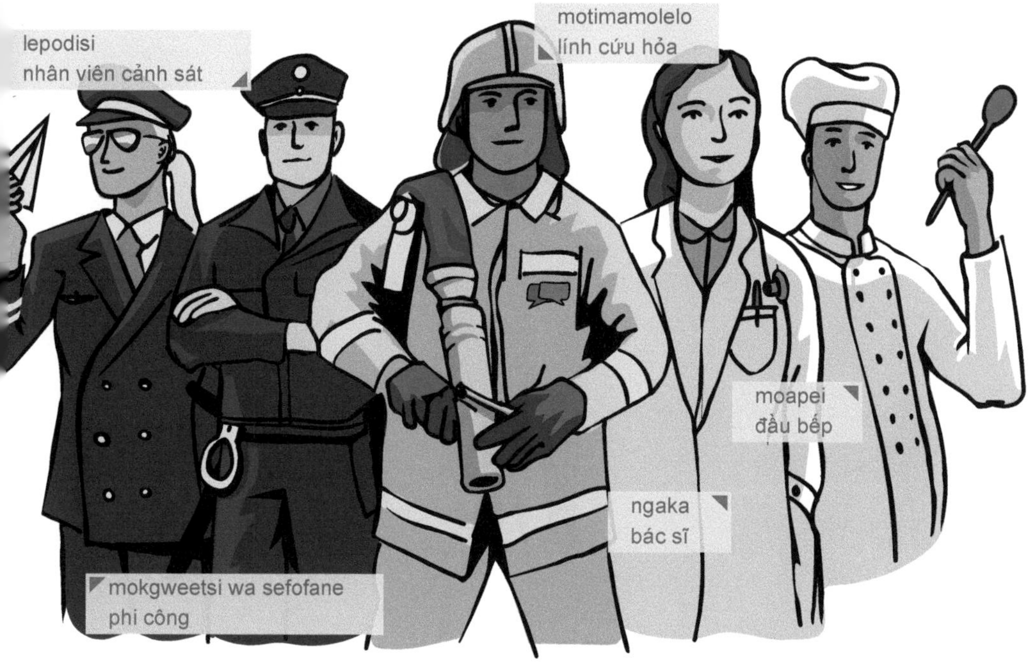

lepodisi
nhân viên cảnh sát
motimamolelo
lính cứu hỏa
moapei
đầu bếp
ngaka
bác sĩ
mokgweetsi wa sefofane
phi công

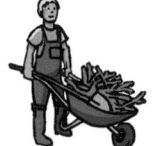

ratshingwana

người làm vườn

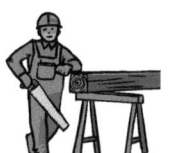

mmetli wa dikgong

thợ mộc

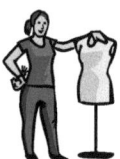

moroki

thợ may

moatlhodi

chánh án

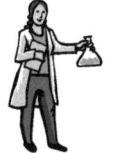

moitse wa melemo

nhà hóa học

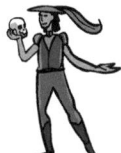

modiragatsi

diễn viên

mokgweetsi wa bese

tài xế xe buýt

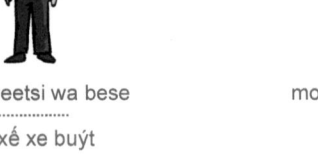

mokgweetsi wa tekisi

người lái taxi

motshwari wa ditlhapi

ngư dân

Mme yo o phepafatsang

người lau dọn vệ sinh

moruledi

thợ lợp mái nhà

weitara

bồi bàn

motsumi

thợ săn

motaki

họa sĩ

mmesi wa senkgwe

thợ làm bánh

ramotlakase

thợ điện

moagi

thợ xây dựng

moenjenere

kỹ sư

mosegi wa nama

người hàng thịt

motsenyi wa diphaepe tsa metsi

thợ sửa ống nước

motsamaisa poso

người đưa thư

leshole

người lính

modiri wa dipolane

kiến trúc sư

morekisi

nhân viên thu ngân

morekisi wa malomo

người bán hoa

mokgabisamoriri

thợ cắt tóc

kondactara

nhân viên soát vé

mokheneke

thợ cơ khí

mokapeteine

thuyền trưởng

ngaka ya meno

nha sĩ

Rasaense

nhà khoa học

moruti

giáo sĩ Do thái

imam

lãnh tụ Hồi giáo

moitlami

nhà sư

moruti

mục sư

didiriswa
dụng cụ

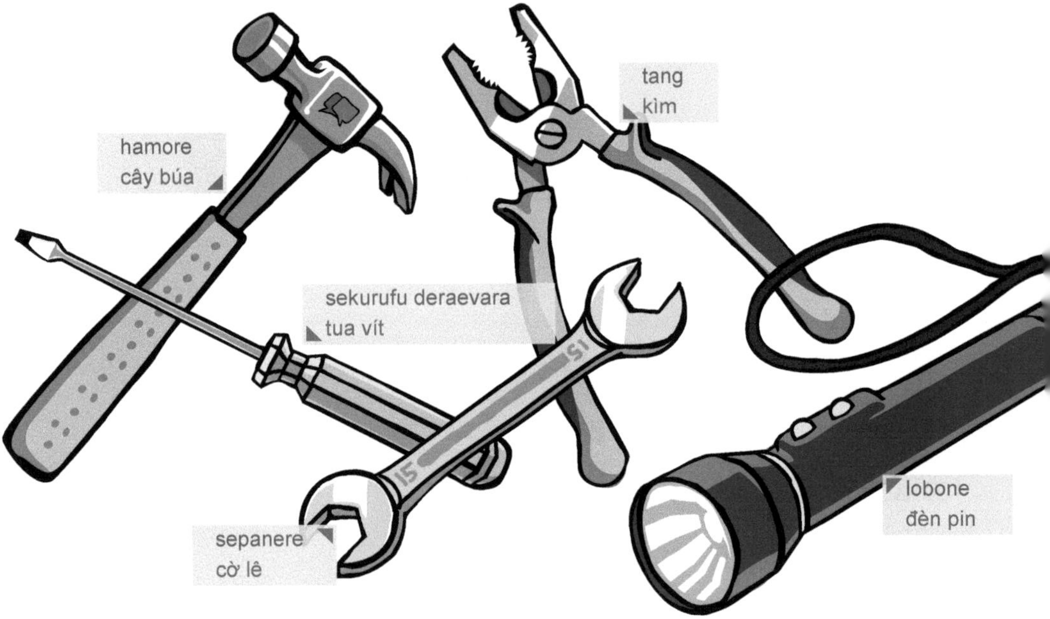

hamore
cây búa
tang
kìm
sekurufu deraevara
tua vít
sepanere
cờ lê
lobone
đèn pin

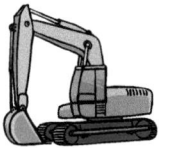

moepi
máy xúc đất

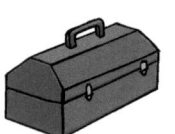

bokoso ya didirisiwa
hộp dụng cụ

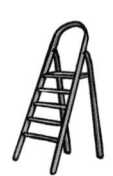

lere
cái thang

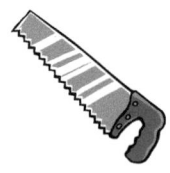

saga
cưa

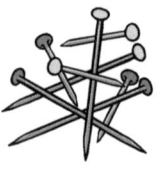

dipekere
đinh

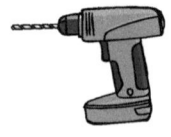

sebori
máy khoan

baakanya

sửa chữa

garawe

cái xẻng

ijaa!

khốn nạn!

seolela matlakala

cái hót rác

pitsa ya pente

thùng sơn

sekurufu

vít

didirisiwa tsa mmino
nhạc cụ

meropa
bộ trống

base e e gabedi
đàn công tra bát

terompeta
kèn trompet

sepikara se se goelang ko godimo
loa

katara
đàn ghi ta

piano

đàn piano

bayolini

đàn vĩ cầm

base

ghi ta bass

timpane

trống định âm

meropa

trống

khiboto

đàn organ

sekesofone

kèn Saxophone

phala

sáo

sebuela godimo

micro

lefelo la go bonela diphologolo
vườn bách thú

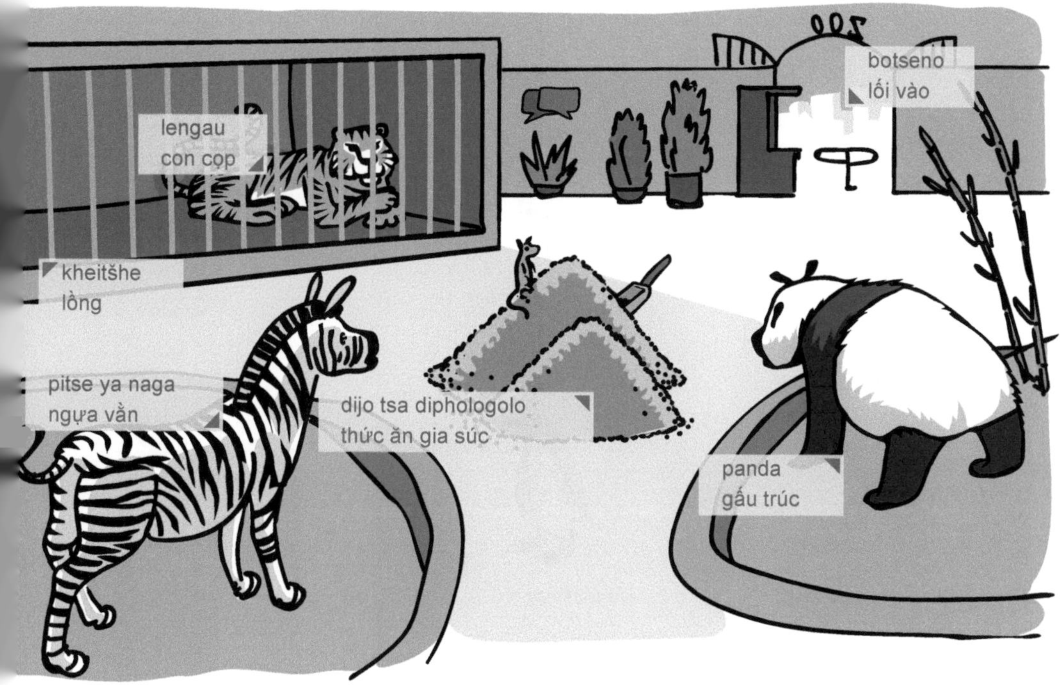

ZOO
botseno
lối vào
lengau
con cọp
kheitšhe
lồng
pitse ya naga
ngựa vằn
dijo tsa diphologolo
thức ăn gia súc
panda
gấu trúc

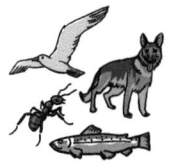

diphologolo

động vật

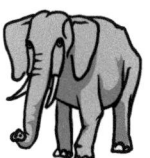

tlou

con voi

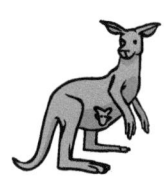

dikhankaruu

chuột túi

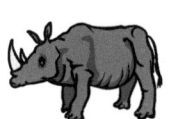

tshukudu

tê giác

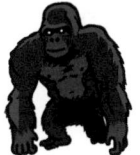

tshweni

khỉ đột

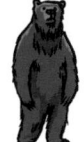

bera

con gấu

kamela

lạc đà

kalakune

đà điểu

tau

sư tử

tshwene

con khỉ

flamingo

hồng hạc

papalagae

con vẹt

bera e e dulang ko lefelong
le le tsididi thata

gấu bắc cực

nonyane tsa lewatle

chim cánh cụt

leruarua

cá mập

phikoko

con công

noga

con rắn

kwena

cá sấu

motlhokomedi wa
diphologolo
người trông giữ vườn bách
thú

sili

hải cẩu

katse

báo đốm

petsana

ngựa lùn

lengau

con báo

tshukudu

hà mã

thutlwa

hươu cao cổ

ntsu

đại bàng

dikolobe tsa naga

heo rừng

tlhapi

cá

khudu

con rùa

walrus

hải mã

ntja ya naga

con cáo

tshephe

linh dương

kgwele ya dinao ya Amerika
bóng bầu dục Mỹ

motshameko wa baesekele
đua xe đạp

tenese
quần vợt

baseketebolo
bóng rổ

thuma
bơi

motshameko wa go lwa ka diatla
đấm bốc

hockey ya mo aeseng
khúc côn cầu trên băng

kgwele ya dinao
bóng đá

badminthone
cầu lông

atletiki
điền kinh

kgwele ya diatla
bóng ném

skiing
trượt tuyết

polo
polo

didirwa

các hoạt động

tshega
cười
tlola
nhảy
tlamparela
ôm
tsamaya
đi bộ
opela
ca hát
lora
mơ
rapela
cầu nguyện
atla
hôn

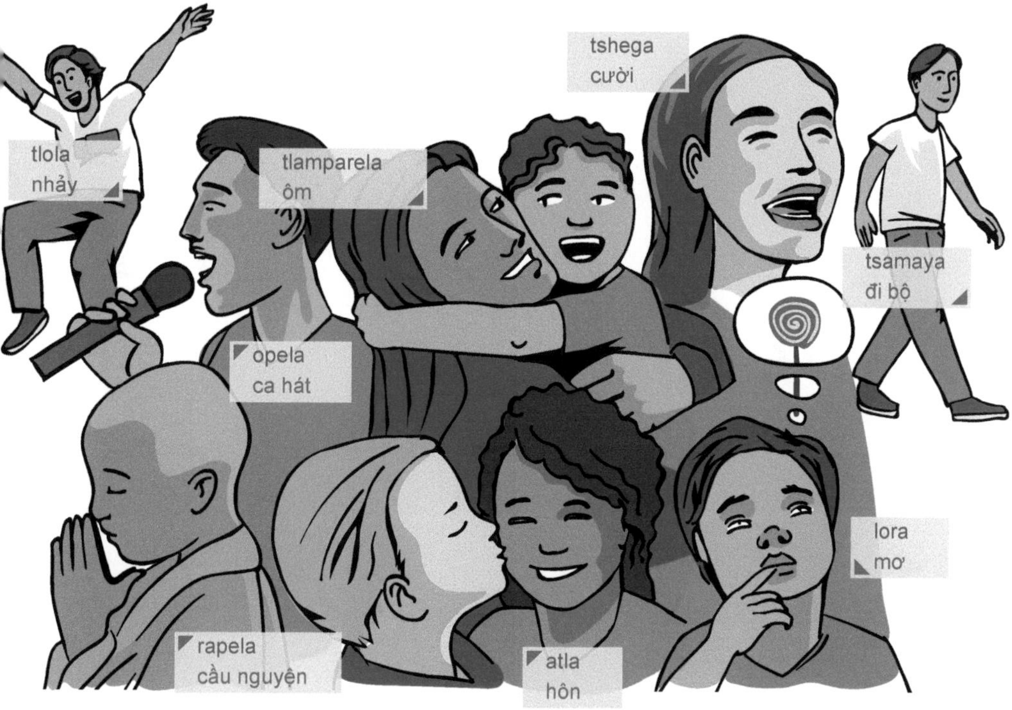

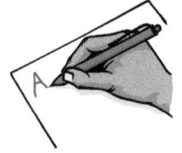

kwala
viết

torowa
vẽ

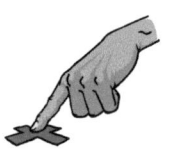

bontsha
chỉ trỏ

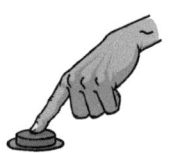

kgorometsa
đẩy

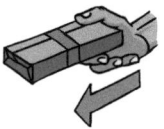

naya
cho

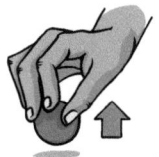

tsaya
lấy đi

go nna

có

dira

làm

nna

thì / là

ema

đứng

taboga

chạy

goga

kéo

latlha

ném

wa

rơi

maaka

nằm

ema

chờ đợi

tsholetsa

mang vác

dula

ngồi

apara

mặc quần áo

robala

ngủ

tsoga

thức dậy

leba

xem

lela

khóc

thuma ka lemorago

vuốt ve

kama

chải

bua

nói chuyện

tlhaloganya

hiểu

botsa

câu hỏi

reetsa

nghe

nwa

uống

ja

ăn

phepafatsa

dọn dẹp

lorato

yêu

apaya

nấu nướng

kgweetsa

lái xe

fofa

bay

seila

đi thuyền buồm

khalkhuleitara

tính toán

bala

đọc

ithute

học

dira

làm việc

nyala

cưới

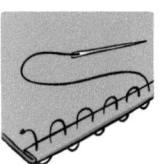

roka

khâu vá

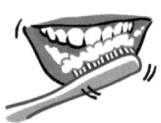

tlhapa meno

đánh răng

bolaya

giết

tsuba

hút thuốc

romela

gửi đi

lelapa
gia đình

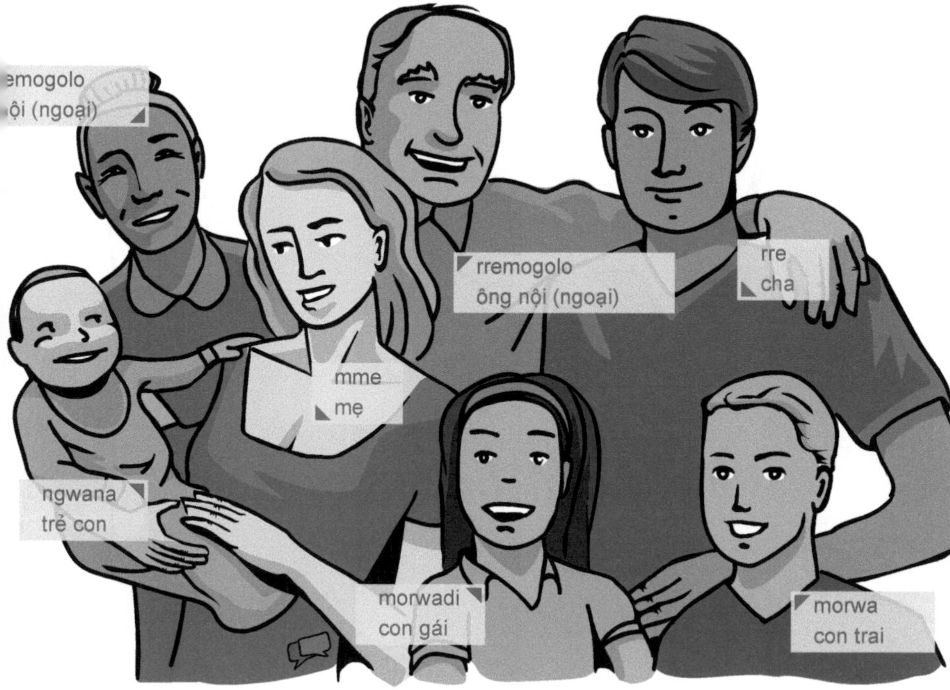
emogolo
ội (ngoại)
rremogolo
ông nội (ngoại)
rre
cha
mme
mẹ
ngwana
trẻ con
morwadi
con gái
morwa
con trai

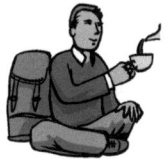

moeng
khách

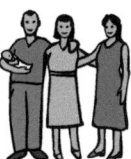

mmangwane
cô (dì)

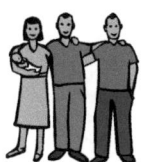

malome
chú, bác (cậu)

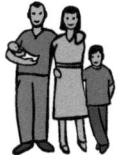

abuti
anh (em) trai

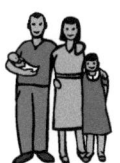

ausi
chị (em) gái

mmele

cơ thể

phatlha
trán
leitlho
mắt
legetla
vai
monwana
ngón tay
sefatlhego
mặt
seledu
cằm
seatla
bàn tay
leoto
chân
letsele
ngực
letsogo
cánh tay

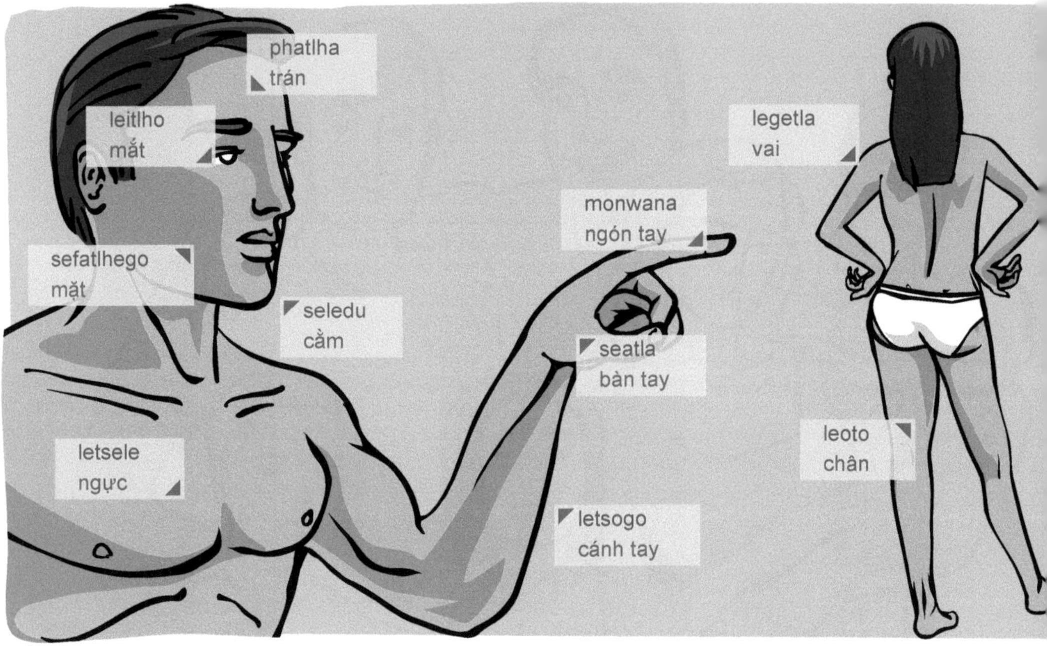

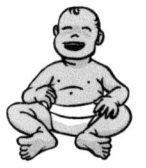

ngwana

trẻ con

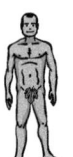

monna

đàn ông

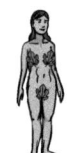

mosadi

phụ nữ

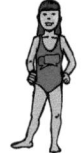

mosetsana

bé gái

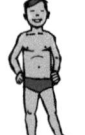

mosimane

bé trai

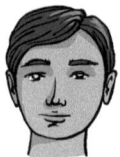

tlhogo

đầu

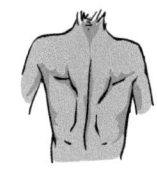

mokwatla

lưng

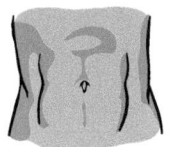

mpa

bụng

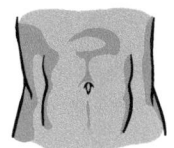

khubu

rốn

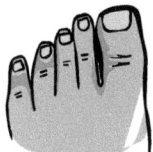

monwana

ngón chân

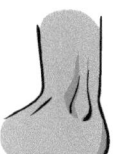

serethe

gót chân

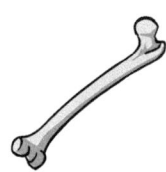

lerapo

xương

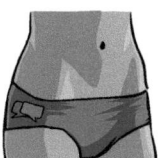

letheka

hông

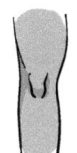

lengole

đầu gối

sekgono

khuỷu tay

nko

mũi

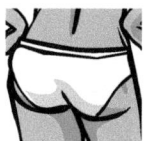

ko tlase

mông

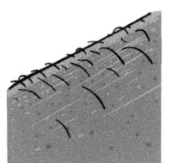

letlalo

da

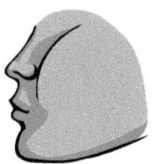

lerama

má

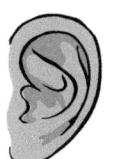

tsebe

tai

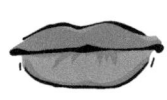

pounama

môi

molomo

miệng

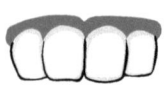

leino

răng

loleme

lưỡi

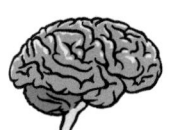

boboko

não

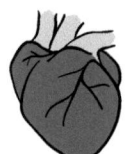

pelo

tim

maatla

cơ bắp

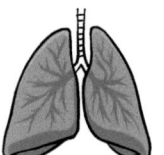

lekgwafo

phổi

sebete

gan

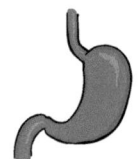

mala

dạ dày

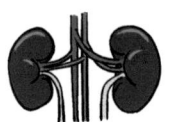

diphio

thận

bong

giao hợp

mosomelwana

bao cao su

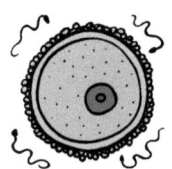

sebelegi sa ngwana

noãn

semen

tinh dịch

moimana

mang thai

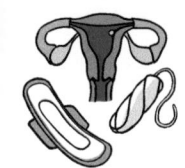

ako tsa go tla ka kgwedi
tsa basadi
....
kinh nguyệt

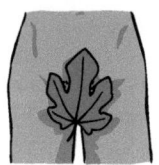

serwe sa mosadi
....
âm vật

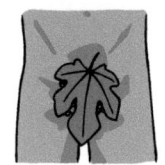

serwe sa monna
....
dương vật

dintshi
....
lông mày

moriri
....
tóc

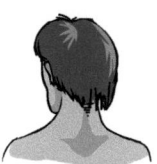

thamo
....
cổ

sepetlele

bệnh viện

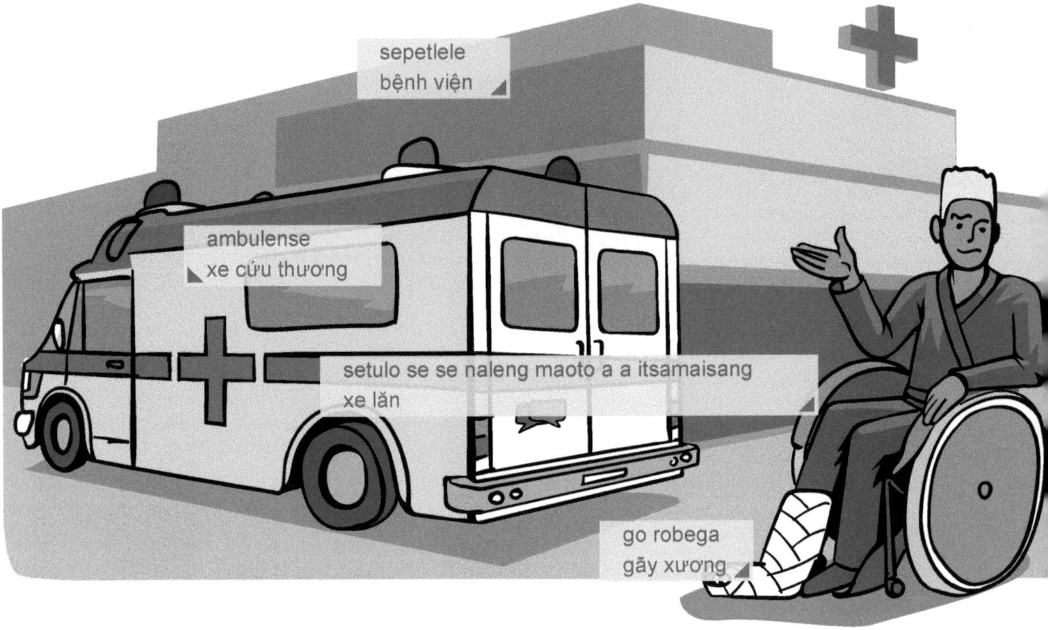

sepetlele
bệnh viện
ambulense
xe cứu thương
setulo se se naleng maoto a a itsamaisang
xe lăn
go robega
gãy xương

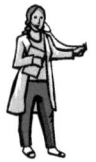

ngaka

bác sĩ

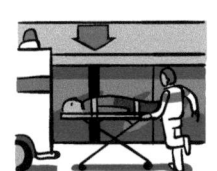

phaphosi ya tshoganyetso

phòng cấp cứu

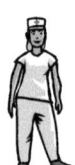

mooki

y tá

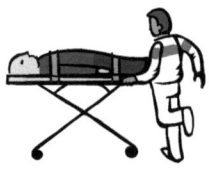

tshoganyetso

cấp cứu

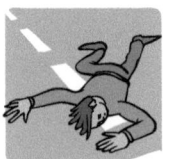

idibala

bất tỉnh

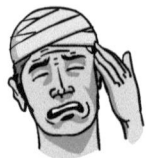

setlhabi

cơn đau

kgobalo

bị thương

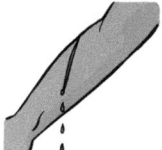

go dutla madi

chảy máu

tlhaselo ya pelo

nhồi máu cơ tim

setorouko

đột quỵ

bolwetsi

dị ứng

go gotlhola

ho

fulu

sốt

fulu

cúm

letshololo

tiêu chảy

opiwa ke tlhogo

đau đầu

kankere

ung thư

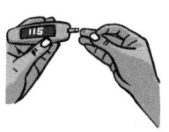

sukiri ya mmele

bệnh tiểu đường

moari

bác sĩ phẫu thuật

sekalepele

dao mổ

karo

giải phẫu

CT

chụp cắt lớp

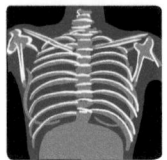

x-ray

chụp x-quang

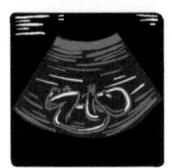

motšhini wa go leba mo
mpeng
siêu âm

sesira sefatlhego

mặt nạ

twatsi

bệnh

phaposi boletelo

phòng đợi

dithobane

cái nạng

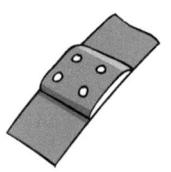

polasetara

băng dán vết thương

sefapho

băng bó

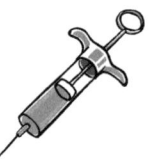

lemao

tiêm thuốc

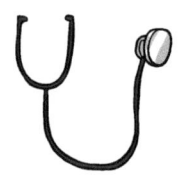

setetosekoupu

ống nghe khám bệnh

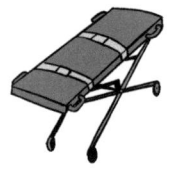

seteretšhara

băng ca

themometara ya bongaka

nhiệt kế

pelegi

sinh đẻ

bokima jwa mmele

thừa cân

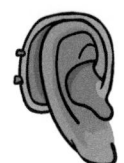

dirisiwa sa go thusa go
utlwa

máy trợ thính

sesireletsa dintho

chất khử trùng

tshwaetso

nhiễm trùng

mogare

vi rút

HIV / AIDS

HIV / AIDS

melemo

thuốc

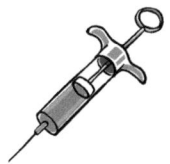

mokento

tiêm chủng

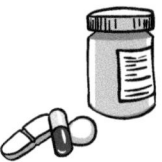

thabolete

thuốc viên

pilisi

viên thuốc

nogala wa tshoganyetso

gọi cấp cứu

motšhini wa go ela tlhoko
kgatelelo ya madi

máy đo huyết áp

lwala / itekanetse

bệnh / khỏe mạnh

Thusa!

cứu!

alamo

báo động

tshotlako

cuộc đột kích

tlhasela

sự tấn công

kotsi

mối nguy hiểm

kgoro ya tshoganyetso

lối thoát hiểm

Molelo!

cháy!

setima moleleo

bình chữa cháy

kotsi

tai nạn

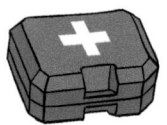

khiti ya go thusa ka
dikgobalo

bộ dụng cụ sơ cứu

SOS

SOS

lepodisi

cảnh sát

Yuropa

châu Âu

Bokone jwa Amerika

Bắc Mỹ

Borwa jwa Amerika

Nam Mỹ

Aforika

châu Phi

Asia

châu Á

Australia

châu Úc

Atlantic

Đại Tây Dương

Pacific

Thái Bình Dương

Lewatle la India

Ấn Độ Dương

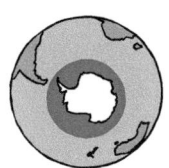

Lewatle la Antarctic

Nam Cực Dương

Lewatle la Arctic

Bắc Băng Dương

Bokone

bắc cực

Borwa

nam cực

Antartica

nam cực

Lefatshe

trái đất

lefatshe

đất liền

lewatle

biển

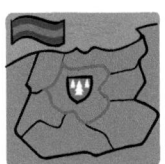

losi lwa lewatle

đảo

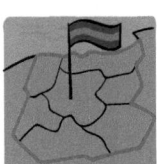

lotso

quốc gia

boemo

nhà nước

lentle la tshupanako

mặt đồng hồ

letsogo la ura

kim chỉ giờ

letsogo la metsotso

kim chỉ phút

etsogo la metsotswana

kim chỉ giây

ke nako mang?

Bây giờ là mấy giờ?

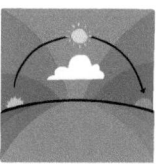

letsatsi

ngày

nako

thời gian

go ne jaanong

bây giờ

tshupanako ya dijithale

đồng hồ điện tử

metsotso

phút

ura

giờ

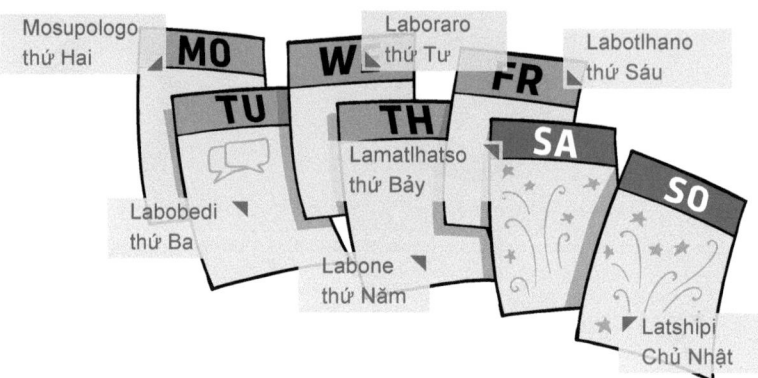

Mosupologo
thứ Hai

Laboraro
thứ Tư

Labotlhano
thứ Sáu

Labobedi
thứ Ba

Lamatlhatso
thứ Bảy

Labone
thứ Năm

Latshipi
Chủ Nhật

maabane

hôm qua

gompieno

hôm nay

kamoso

ngày mai

moso

buổi sáng

thapama

buổi trưa

maitseboa

buổi tối

malatsi a tiro

ngày làm việc

mafelo a beke

cuối tuần

ngwaga
năm

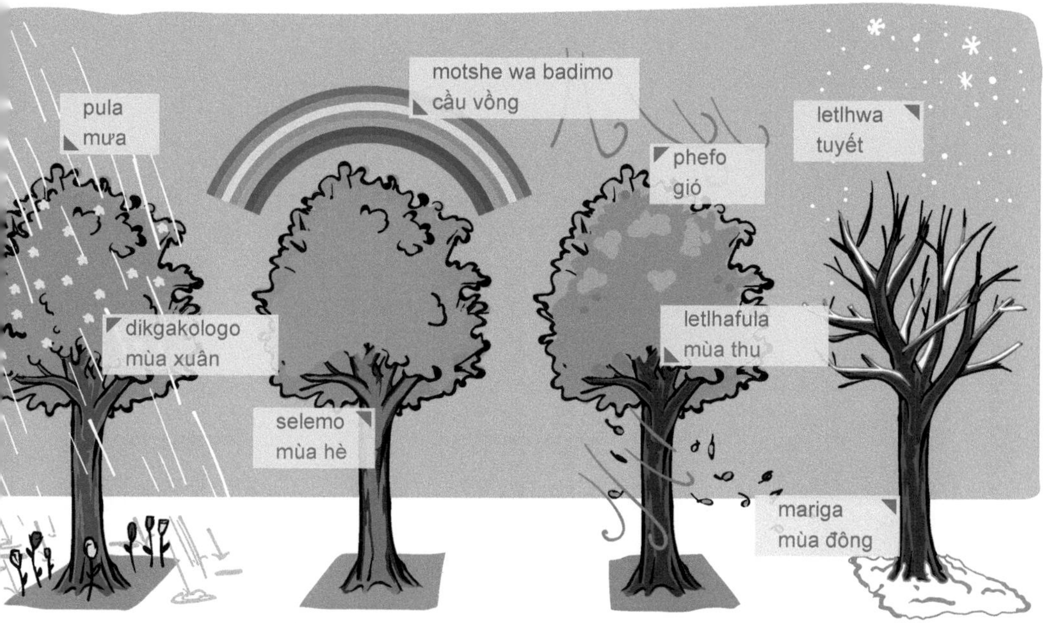
motshe wa badimo
cầu vồng
pula
mưa
letlhwa
tuyết
phefo
gió
dikgakologo
mùa xuân
letlhafula
mùa thu
selemo
mùa hè
mariga
mùa đông

4.APRIL 11°
5.APRIL 4°
6.APRIL 13°
7.APRIL 8°
8.APRIL 10°

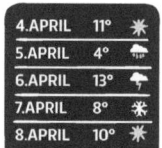

botsogo jwa loapi

dự báo thời tiết

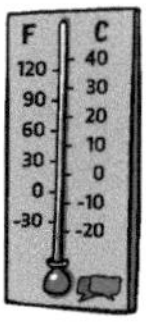
F
C
120
90
60
30
0
-30
40
30
20
10
0
-10
-20

themomithara

nhiệt kế

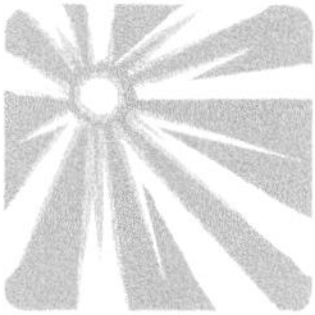

letsatsi

ánh nắng

leru

mây

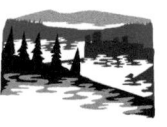

mouwane

sương mù

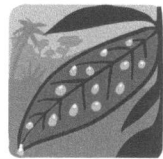

humidity

độ ẩm không khí

legadima

tia chớp

modumo wa maru

sấm sét

matsubutsubu

cơn bão

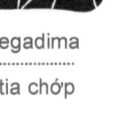

sefako

mưa đá

monsoon

gió mùa

morwalela

lũ lụt

aese

nước đá

Ferikgong

tháng Một

Tlhakole

tháng Hai

Mopitlwe

tháng Ba

Moranang

tháng Tư

Motsheganong

tháng Năm

Seetebosigo

tháng Sáu

Phukwi

tháng Bảy

Phatwe

tháng Tám

ngwaga - năm

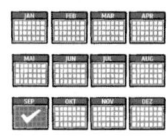

Lwetse

tháng Chín

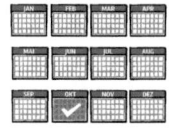

Diphalane

tháng Mười

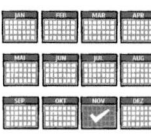

Ngwanaatsele

tháng Mười Một

Sedimonthole

tháng Mười Hai

dipopego
hình dạng

kgolokwe

hình tròn

khutlonne

hình vuông

khutlonnetsepa

hình chữ nhật

khutlotharo

hình tam giác

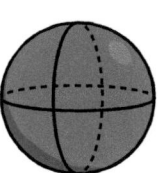

khutlo

hình cầu

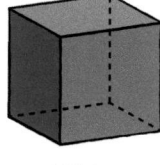

khiubu

khối vuông

tshweu

màu trắng

serolwana

màu vàng

mmala wa namune

màu cam

pinki

màu hồng

khibidu

màu đỏ

bohibidu jo bo mokgona

màu tím

pududu

màu xanh dương

tala

màu xanh lá cây

tshetlha

màu nâu

tshetlha

màu xám

ntsho

màu đen

go le gontsi / go nnye

nhiều / ít

go kwata / go ritibala

tức tối / điềm tĩnh

montle / maswe

xinh đẹp / xấu xí

tshimologo / bofelo

bắt đầu / kết thúc

tonna / nnyane

to / nhỏ

lesedi / lefifi

sáng / tối

abuti / ausi

h (em) trai / chị (em) gái

phepa / leswe

sạch / bẩn

feletse / go sa felela

đủ / thiếu

motshegare / bosigo

ngày / đêm

o sule / o a tshela

chết / sống

bophara / tshesane

rộng / chật hẹp

ya jega / ga e jege

ăn được / không ăn được

bosula / molemo

ác / tử tế

go itumela thata / go se itumele

hào hứng / chán nản

nonne / tshesane

béo / gầy

ntlha / bofelo

đầu tiên / cuối cùng

tsala / sera

bạn / thù

tletse / lolea

đầy / rỗng

thata / bonolo

cứng / mềm

bokete / motlhofo

nặng / nhẹ

tlala / lenyora

đói / khát

lwala / itekanetse

bệnh / khỏe mạnh

dumelesega / dumeletswe

bất hợp pháp / hợp pháp

botlhale / sematla

thông minh / ngu

molema / moja

trái / phải

gaufi / kgakala

gần / xa

sesha / ya kgale

mới / cũ

sepe / sengwe

không có gì cả / có cái gì đó

mogolo / mosha

già / trẻ

tsenya / tima

bật / tắc

bula / tswetswe

mở / đóng

tidimalo / modumo

im lặng / ồn ào

khumo / lehuma

giàu / nghèo

siame / phoso

đúng / sai

ditlhotlhori / borethe

sần sùi / mịn màng

hutsafetse / itumetse

buồn / vui

khutshwane / telele

ngắn / dài

bonya / bonako

chậm / nhanh

metsi / omile

ẩm ướt / khô ráo

mololo / tsididi

ấm áp / mát mẻ

ntwa / kagiso

chiến tranh / hòa bình

0

lefela

số không

1

nngwe

một

2

pedi

hai

3

tharo

ba

4

nne

bốn

5

tlhano

năm

6

thataro

sáu

7

supa

bảy

8

robedi

tám

9

robonngwe

chín

10

lesome

mười

11

some nngwe

mười một

12

some pedi

mười hai

13

some tharo

mười ba

14

some nne

mười bốn

15

some tlhano

mười lăm

16

some thataro

mười sáu

17

some supa

mười bảy

18

some robedi

mười tám

19

some robonngwe

mười chín

20

masomamabedi

hai mươi

100

lekgolo

một trăm

1.000

sekete

một ngàn

1.000.000

milione

một triệu

Sejatlhapi

tiếng Anh

Sejatlhapi sa Amerika

tiếng Anh Mỹ

se-China

tiếng Quan Thoại

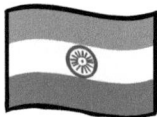

se-Hindi

tiếng Hin-di

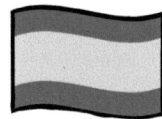

se-Spanish

tiếng Tây Ban Nha

se-For a

tiếng Pháp

se-Araba

tiếng Ả-rập

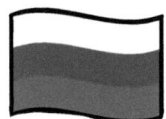

se-Russia

tiếng Nga

se-Potokisi

tiếng Bồ Đào Nha

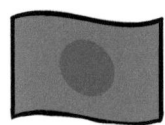

se-Bengali

tiếng Bengal

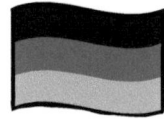

se-Jeremane

tiếng Đức

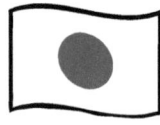

se-Japane

tiếng Nhật

Nna

tôi

wena

bạn

ene / ene / sone

anh ta / cô ta / nó

re

chúng tôi

wena

các bạn

bone

họ

mang?

ai?

eng?

cái gì?

jang?

như thế nào?

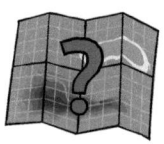

kae?

ở đâu?

leng?

lúc nào?

leina

tên

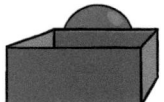

mo morago

phía sau

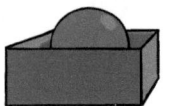

mo

ở trong

fa pele ga

phía trước

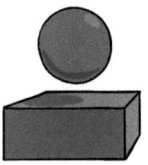

godimo

phía trên

mo

ở trên

fa tlase

ở dưới

mo thoko

bên cạnh

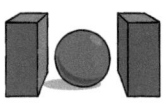

magareng

ở giữa

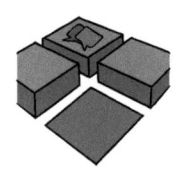

lefelo

chỗ